ஆக்சன் திரைக்கதை எழுதுவது எப்படி

ஆக்சன் திரைக்கதை எழுதுவது எப்படி

அரவிந்த் சச்சிதானந்தம்

the talkie

Title: Action Thiraikkadhai Ezhuthuvadhu Eppadi
Author's Name: Aravindh Sachidanandam

Published by The Talkie
www.thetalkie.in

The Talkie
(An imprint of Zero Degree Publishing)
No.75 & 76, I Floor, Kuppusamy Street,
Balaji Nagar, Padi,
Chennai - 600050

Website: www.zerodegreepublishing.com
E Mail id: zerodegreepublishing@gmail.com
Phone: 89250 61999

The Talkie Firs t Edition: January 2026
ISBN: 978-93-47206-65-8
TITLE NO Talkie : 6

Rs. 100/-

Cover Design & Layout: Vijayan, Creative Studio
Printed at Rathna Offset Printers, Chennai, India

நன்றி

William C Martel

முன்னுரை

பொதுவாக, திரைக்கதை எழுதுவது எப்படி என்று சொல்லும் புத்தகங்கள் இங்கே ஏராளம் இருக்கின்றன. ஆனால் குறிப்பிட்ட ஒரு ஜானரை *(Genre)* எப்படி எழுதுவது என்று பேசும் புத்தகங்கள் அதிகமில்லை. அந்த குறையைப் போக்கும் பொருட்டு *William C Martell* எழுதிய புத்தகம்தான் *'The Secrets of Action Screenwriting.'*

புத்தகத்தின் தலைப்பு உணர்த்துவது போல இந்தப் புத்தகம், பிரத்தியேகமாக, ஆக்சன் கதைகள் எழுதுதலைப் பற்றி விலாவரியாக விவாதிக்கிறது. அதற்கு நாம் பின்பற்ற வேண்டிய சில உத்திகளையும் அடிகோடிட்டுக் காட்டுகிறது. ஆனால், திரைக்கதை சுவாரஸ்யமாக வந்தால் போதும், எந்த முறையைப் பின்பற்றி எழுதினோம் என்பதைப் பற்றி யாரும் அலட்டிக்கொள்ளப் போவதில்லை என்றும் முன்கூட்டியே பதிவு செய்கிறார் மார்ட்டல். அந்தப் புத்தகத்தை மையப்படுத்தி 'ஆக்சன் கதைகள் எழுதுவது எப்படி' என்பதை இங்கே விவாதித்திருக்கிறேன்.

ஆனால் மார்ட்டலின் புத்தகத்திற்கு வெறும் அறிமுகம் எழுதுவது போல் இல்லாமல் அவர் சொன்ன உத்திகளைப் பேசு பொருளாக வைத்து, விலாவரியாக ஆக்சன் திரைக்கதை எழுதுவதைப் பற்றி விவாதிக்க வேண்டுமென்பதே என்னுடைய விருப்பமாக இருந்தது. அது ஓரளவிற்கு சாத்தியமாகியிருக்கிறது என்று நம்புகிறேன். புதிதாகத் திரைக்கதை எழுத தொடங்குபவர்களுக்கும் பயன்படும்

வகையில் இந்தக் கட்டுரைகள் இருக்கவேண்டுமென்ற நோக்கத்தில் இயன்றவரை எளிமையாக திரைக்கதை எழுதுதலைப் பற்றிப் பேசியிருக்கிறேன் என்றும் நம்புகிறேன்.

மற்றபடி, நாம் பலமுறை சொல்லும் ஒரு முக்கிய விஷயம், திரைக்கதையை இப்படித்தான் எழுதவேண்டும் என்றும் யாரும் சொல்லமுடியாது. தொடர்ந்து எழுதுவதே திரைக்கதை எழுதும் கலையைக் கற்றுக்கொள்ள ஒரே வழி. இங்கே நம்மால் சொல்ல முடிந்தது வெறும் உத்திகளை மட்டுமே. நம்முடைய திரைக்கதைப் பயணத்தில் நமக்கான வழிக்காட்டியாக இங்கே விவாதிக்கப்பட்ட படங்கள், புத்தகங்கள், உத்திகள் பயன்படக்கூடும். பயணத்தை நாம்தான் மேற்கொள்ள வேண்டும். சில நேரங்களில் பயணத்தில் சம்ப்ரதாயங்களை நாம் மீற வேண்டிவரும். அப்போது தைரியமாக நாம் அதை செய்ய வேண்டும்.

திரைக்கதை எழுதுதல் என்பது *'art + craft'* என்று சொல்லப்படும் கூற்று உண்மைதான். பொதுவாக எழுதும் கலையே அப்படித்தான். வெறும் ஆர்ட்டை மட்டும் வைத்துக்கொண்டு என்ன எழுதிவிட முடியும்! நாம் கதைகள் சொல்கிறோம். வெறும் கலையாக நாம் வார்த்தைகளை அல்லது காட்சிகளை அடிக்கிக்கொண்டே போனால், நமக்கே அது பிடிக்காமல் போகலாம். ஒரு எழுத்தாளனின் முதல் வாசகன் அவனாகத்தான் இருக்க முடியும். இங்குதான் *Craft* முக்கியமாகிறது. எழுதுதல் என்பது கலை என்பதிலிருந்து ஒரு பயிற்சியாக மாறுகிறது. எழுதி எழுதிப் பயிலும்போது பொருத்தமான வார்த்தைகள் வந்து விழுகின்றன. ஸ்டைல் கண்டுகொள்ளப்படுகிறது. காட்சிகளை உருவாக்க முடிகிறது. உரையாடலில் தனித்துவம் பதிக்க முடிகிறது. ஒருவருக்கு எழுதும் கிராப்ட் கைக்கூடி வந்திருக்கிறது என்று சொல்வோமேயானால், அதன்பின் பலவருட உழைப்பும் பயிற்சியும் நிச்சயம் இருக்கும். திரைக்கதை எழுதுவது மட்டும் இதற்கு விதிவிலக்கல்ல.

மீண்டும் மீண்டும் எழுதிக்கொண்டே இருப்போம். அதுவே மிகச் சிறந்த பயிற்சி. நாம் எழுதும் எல்லாத் திரைக்கதைகளும் திரைப்படமாவது சாத்தியமில்லை. ஆனால் நாம் எழுதும் ஒவ்வொரு திரைக்கதையும் நம்முடைய அடுத்த திரைக்கதைக்கான பயிற்சி என்பதை நாம் மறந்துவிடக்கூடாது. நம் சிந்தனையும்,

வாசிப்பும், அனுபவமும், பார்க்கும் படங்களும் கலையை சாத்தியப்படுத்தும். பயிற்சி அந்தக் கலைக்குச் சிறப்பான வடிவத்தை சாத்தியப்படுத்தும். தனித்துவத்தை சாத்தியப்படுத்தும்.

என் எல்லாத் திரைக்கதைக் கட்டுரைகளிலும் நான் திரைக்கதையைப் பற்றிய என்னுடைய அணுகுமுறையைத்தான் முன்வைக்கிறேன். ஒரு கதையை, ஒரு நாவலை, ஒரு திரைக்கதையை நான் அணுகும் அதே முறையில் நீங்கள் அணுகவேண்டுமென்று அவசியமில்லை. ஆனால் என்னுடைய அணுகுமுறை உங்களுக்குச் சரியாகப் படலாம். அப்போது அங்கே ஒரு விவாதம் பிறக்கிறது. நீங்கள் திரைக்கதை எழுதத்தொடங்கும் போதோ, அல்லது எழுதி முடித்துவிட்டு அந்தக் கதையை சரிபார்க்கும் போதோ இந்த அணுகுமுறை உங்களுக்குத் தோழனாக உடன் வரலாம்.

அதே சமயத்தில் என்னுடைய அணுகுமுறை தவறு என்று நீங்கள் சொல்லும் போது அங்கே இன்னும் நல்ல விவாதம் பிறக்க வாய்ப்பிருக்கிறது. நல்ல விவாதங்கள்தான் நல்லத் திரைக்கதைகளை சாத்தியப்படுத்தும் என்று நம்புகிறேன்.

தொடர்ந்து எழுதுவோம், தொடர்ந்து விவாதிப்போம்

அரவிந்த் சச்சிதானந்தம்

www.aravindhskumar.com
aravindhskumar@gmail.com
சென்னை, தமிழ்நாடு, இந்தியா

1. FADE IN

The Writer must believe in what he writes.

-Robert Mckee

★★★

நாம் ஒரு ஆக்சன் கதை எழுத முடிவு செய்திருக்கிறோம். அப்போது பிரதானமாக எதில் கவனம் செலுத்துவோம்? முதலில் ஹீரோ. பின்னர் வில்லன். நாம் வேகமாக ஹீரோவை டெவலப் செய்யத் தொடங்கிவிடுவோம். பின் ஹீரோவிற்கு பிரச்சனை தரும் வகையில் வில்லனை உருவாக்குவோம். மார்ட்டலை பொறுத்த வரை, இந்த முறை சரியான ஒன்றல்ல. அவர், ஒரு (ஆக்சன்) கதையில் முக்கிய அம்சம் 'வில்லன்' கதாப்பாத்திரமே ஒழிய ஹீரோ அல்ல என்கிறார். வில்லன் இல்லை என்றால் கதையே இல்லை என்கிறார். அதனால் வில்லனைத்தான் நாம் முதலில் உருவாக்க வேண்டும்!

யார் நம்முடைய வில்லன் என்று சிந்தித்தாலே போதும், மற்ற எல்லா கேள்விகளுக்கும் திரைக்கதையில் பதில் கிடைத்துவிடும்.

ஆக்சன் கதைகளுக்கு இந்தக் கூற்று பொருந்தலாம். ஆனால் மற்ற வகை கதைகளுக்கு எப்படி? வில்லனே இல்லாமல் கதைகள் எழுத முடியுமே! உண்மையில் இங்கே எல்லா கதைகளிலும் வில்லன் உண்டு. வில்லன் மனித ரூபத்தில் இருக்கவேண்டிய அவசியமில்லை.

ஒரு விலங்குகூட வில்லனாக இருக்கலாம். சில கதைகளில் சூழ்நிலைகள் வில்லனாக இருப்பதை கவனித்திருப்போம். (*Situational conflict.* உதாரணம். ஆண்டவன் கட்டளை (2016)). சில நேரங்களில், நாயகன் செய்யும் செயல்களே அவனுக்கு வில்லனாக வந்து நிற்கலாம்.

இங்கே, நம் வில்லன் எவ்வளவு வலிமையானவனாக இருக்கிறானோ, அவ்வளவு வலிமையாக திரைக்கதை உருவாகும். அவன் எவ்வளவு புத்திசாலித்தனமாக இருக்கிறானோ, அவ்வளவு புத்திசாலித்தனம் நம் திரைக்கதையிலும் வெளிப்படும் என்கிறார் வில்லியம் மார்ட்டல்.

சரி, நாம் வில்லனை உருவாக்கிவிட்டோம். அடுத்து, அவன் எவ்வளவு கொடூரமானவன் என்பதைக் காண்பிக்க வேண்டுமாம். இதைக் கதையின் ஆரம்பத்திலேயே செய்துவிட்டால், அந்த வில்லன் நம்மை கதைக்குள் இழுத்துக்கொள்வான் என்று சொல்லும் மார்ட்டல், இதை தண்டர்பால் எபெக்ட் (*Thunderball effect*) என்று குறிப்பிடுகிறார்.

ஒரு வில்லன் அணுகுண்டு வைத்து உலகை அழிக்கப் போகிறான் என்றால், அவன் முதலிலேயே ஏதோ ஒரு சிறு ஊரை அத்தகைய முறையில் அழிப்பதைப் போல் நாம் காண்பித்தால் அவனுடைய நோக்கமும், முறைகளும் எவ்வளவு கொடூரமானது என்பது நம் மனதில் பதிந்துவிடும். பின் அவன் ஒரு பெரிய திட்டத்தை தீட்டுகிறான். அப்போது அடுத்து என்ன என்ற எதிர்ப்பார்ப்பு நமக்கு வந்துவிடும். அந்தத் திட்டம் நிறைவேறிவிடுமா என்ற பயம் தொற்றிக்கொள்ளும். இது திரைக்கதைக்கு அதிக சுவாரஸ்யத்தைத் தரும்.

இதற்கு கேப்டன் பிரபாகரன் படத்தை உதாரணமாக சொல்லலாம். அதில் முதல் அரைமணி நேரம் வில்லன் எப்படிப்பட்டவன், அவனைத் தேடிச்செல்லும் போலீஸ்காரர்களை அவன் எப்படிக் கொடூரமாகக் கொலை செய்கிறான் என்பதை மட்டும்தான் காண்பிப்பார்கள். பின்தான் விஜயகாந்த் அறிமுகம் ஆவார். இங்கே அந்த வில்லனை அவர் எப்படி எதிர்கொள்ளப் போகிறார் என்ற சுவாரஸ்யம் நம்மைச் சூழ்ந்துகொள்கிறது.

வில்லனை பயங்கரமானவனாகக் காண்பித்துவிட்டோம். அப்போது ஹீரோ யாராக இருக்கலாம்? யாராக வேண்டுமானாலும்

இருக்கலாம், ஆனால் ஹீரோ முடிந்தவரை சாதரணமானவனாக இருப்பது ஆக்சன் கதைகளுக்கு ஒரு தனித்துவத்தைத் தரும் என்பது மார்ட்டலின் கூற்று. பிரேக்கிங் பேட் *(Breaking bad)* நாடகத்தில் ஹீரோ ஒரு சாதாரணப் பள்ளி ஆசிரியர். *Underdog*. ஆனால் அவன் பெரும் சாம்ராஜ்யத்தை எதிர்க்கிறான். இப்படி ஹீரோ சாதரணமானவனாக, வித்தியாசமான வேலையில் இருப்பவனாக இருந்தால் அங்கே சுவாரஸ்யமான விசயங்கள் பலவற்றைச் சேர்க்கமுடியும் என்பதற்காகவே மார்ட்டல் அப்படி சொல்கிறார்.

ஹீரோ ஒரு போலீஸ்காரன் என்றால், அவன் வலிமையானவன் என்று பதிவாகிவிடுகிறது. அவனால் பலரை அடிக்க முடியலாம். ஆனால் அதுவே அவன் ஒரு நலிந்துபோன புலி வேசக்கலைஞன் என்று வைத்துக் கொள்வோம். அவனுக்கு உடலிலும் மனதிலும் பலமில்லை. எதிரிகளை எதிர்க்க அவன் அதிகம் மெனக்கெட வேண்டும். அந்த மெனக்கெடலே திரைக்கதைக்கு சுவாரஸ்யத்தை தந்துவிடும்.

எல்லா கதைகளிலும் ஹீரோவின் நோக்கம் ஒன்றே ஒன்றுதான். அது வில்லனின் நோக்கத்தை நிறைவேற விடாமல் தடுப்பது. இங்கே ஹீரோ அதை தனிப்பட்ட நலனிற்காக செய்யலாம் (உதாரணம், பழிவாங்கும் கதைகள். வில்லனால் ஹீரோ பாதிக்கப்பட்டிருக்கலாம். அல்லது வில்லனை நிறுத்தவில்லை என்றால் அவன் தன் குடும்பத்தை இழந்துவிடுவான்). அல்லது பொதுநலத்தைக் கருத்தில் கொண்டும் செய்யலாம். (சமூதாயத்தை காக்கும் ஹீரோ. வில்லனை நிறுத்தவில்லை என்றால் அவன் உலகையே அழித்துவிடக்கூடும். அல்லது சமூகத்திற்கு கேடு விளைவிக்கக்கூடும். உதாரணம் தசாவதாரம்).

ஹீரோவிற்கு வில்லனை எதிர்ப்பதற்குத் தனிப்பட்ட காரணங்களும் மற்றும் பொதுநலம் சார்ந்த காரணங்களும் ஒருங்கே இருக்குமாயின் அந்தப் படம் இன்னும் விறுவிறுப்பாக இருக்கும்.

மேலும் ஹீரோவை வலிமையானவனாகக் காட்டும் பொருட்டு, திரும்பிய பக்கங்களில் எல்லாம் அவன் வில்லன்களை அழித்துக்கொண்டிருக்கிறான் என்று கதை அமைப்பதைத் தவிர்க்க வேண்டும் என்கிறார் மார்ட்டல். அப்படி நிறைய வில்லன்கள் வைக்கவேண்டுமெனில், முடிந்த வரை அவர்கள் எல்லோரும் ஒரு பெரிய வில்லனின் கீழ் வேலை செய்கிறார்கள் என்று வைப்பதே

சிறந்தது. (உதாரணம்: தனி ஒருவன்). அப்போதுதான் கதையைப் பின்பற்ற முடியும். *The Equalizer, John Wick* போன்ற படங்களையும் இதற்கு உதாரணமாக சொல்லலாம். இந்தப் படங்களில் ஹீரோ ஒவ்வொரு வில்லனாக அழித்து, இறுதியில் அந்தக் கூட்டத்தின் தலைவனான பிரதான வில்லனை அழிக்கிறான். இத்தகைய ஹீரோ வில்லன் கதையில் ஹீரோவும் வில்லனும் குறைந்தது மூன்று முறையாவது சந்தித்துக்கொள்ள வேண்டும் அல்லது மோதிக் கொள்ள வேண்டும் என்பது மார்ட்டல் சொல்லித்தரும் உத்தி. அது கதைக்கு விறுவிறுப்பை சேர்க்கும். அப்படி வில்லனோடு மோதவில்லை என்றாலும், வில்லனின் அடியாட்களுடனாவது ஹீரோ மோத வேண்டும் என்பதும் மார்ட்டல் சொல்லும் உத்தி. தூள் படம் இந்த டெம்ப்ளேட்டில் கட்சிதமாகப் பொருந்துவதை கவனிக்க முடியும்.

ஹீரோ யார் வில்லன் யார் என்று நமக்குத் தெரிந்துவிட்டது. அடுத்து இவர்களை இணைக்கப்போகும் 'ஹை கான்சப்ட்' (High Concept) என்ன என்பதை யோசிக்க வேண்டும். (High Concept-நம் கதையின் பிரத்தியேகமான ஐடியா). அந்த கான்சப்ட் விறுவிறுப்பான ஒன்றாக இருத்தல் வேண்டும். அதாவது ஒரு சாதரண கிராமத்து இளைஞன்தான் ஹீரோ. ஒரு பெரிய அரசியல்வாதிதான் வில்லன். இவர்களை இணைக்கப்போகும் கான்சப்ட் என்னவாக இருக்கலாம்!

ஊரில் இருக்கும் தண்ணீர்ப் பிரச்சனையைத் தீர்த்து வைக்க வேண்டும் என்ற கோரிக்கையோடு அந்த நாயகன் அரசியல்வாதியை சந்திக்க வருகிறான். வந்த இடத்தில் பிரச்சனை. இது ஒரு கான்சப்ட். அல்லது தங்கள் ஊரில், அரசாங்கம் மேம்பாலம் கட்டப்போகிறது, அதற்குத் தன் வீட்டை இடிக்கப்போவதாக சொல்கிறது, அதைத் தடுக்க வேண்டும் என்ற கோரிக்கையோடு நாயகன் அரசியல்வாதியைச் சந்திக்க வருகிறான். வந்த இடத்தில் பிரச்சனை வரலாம். இது ஒரு கான்சப்ட். இப்படி கான்சப்ட்டில் சிறு மாற்றங்களை செய்து முற்றிலும் மாறுபட்ட படங்களைக் கொடுக்க முடியும்.

ஆனால் இந்த கான்சப்ட் மட்டும் போதாதே! காட்சிகளை சுவாரஸ்யமாக உருவாக்க வேண்டுமே! இங்கு தான் 'பிளாட்டிங்' (Plotting) அவசியமாகிறது.

2. பிளாட்டிங்
(Plotting)

A professional writer is an amateur who didn't quit.

-Richard Bach

★★★

காட்சிகளைச் சரியான சுவாரஸ்யமான சீக்வன்ஸில் தொகுப்பதே பிளாட்டிங் எனப்படுகிறது. பலரும் தவறவிடும் இடம் இதுதான் என்றும் பதிவு செய்யும் மார்ட்டல், இரண்டு முக்கிய பிளாட்டிங் உத்திகளை சொல்கிறார்.

ஒன்று ஆனியன் பிளாட்டிங் *(Onion Plotting)*.

இன்னொன்று டென்னிஸ் பிளாட்டிங் *(Tennis Plotting)*.

ஆனியன் பிளாட்டிங் என்பது, வெங்காயத்தில் இருக்கும் பல அடுக்குத் தோல்களைப் போல, ஒரு மையக் கதையைச் சுற்றிப் பல அடுக்குக் கதைகளைப் பின்னுவது. எல்லாப் படங்களிலும்

மையக் கதை என்று ஒன்று இருக்கும். அதைச் சுற்றி ஏராளமான நிகழ்வுகள் பின்னப்பட்டிருக்கும். ஒவ்வொரு முடிச்சாக அவிழ்த்துச் செல்லும்போது இறுதியில், மையக் கருவை பார்வையாளர்களால் உணரமுடியும். முதலில் முக்கியத்துவமற்றுத் தோன்றிய நிகழ்வுகள் கூட அந்த மையப் புள்ளியை அடைந்ததும் முக்கியமாக தோன்றும். உதரணமாக ‘கோ’ படத்தை சொல்லலாம்.

அதில் ஹீரோவின் நண்பன் பாத்திரம் கெட்டவன், துரோகி என்பதை நாம் க்ளைமாக்ஸ் காட்சியில்தான் கண்டுகொள்கிறோம். இதுதான் மையக் கதை. ஒருவன் நல்லவன்போல் நடித்து எல்லோரையும் ஏமாற்றி இருக்கிறான். இந்த மையக் கதையைச் சுற்றி ஏராளமான அடுக்குகள் பின்னப்பட்டிருக்கும். அரசியல் மேடையில் குண்டு வெடிக்கும்போதோ, அல்லது வங்கி கொள்ளையடிக்கப்படும் போதோ அதை வெறும் காட்சிகளாகத்தான் கடந்திருப்போம். இறுதியில் அந்த நண்பன் துரோகியாகக் காண்பிக்கப்படும் போதுதான் முன்பு நிகழ்ந்த அத்தனை விசயங்களுக்கும் அர்த்தம் புரிகிறது. அவன்தான் எல்லாவற்றிற்குப் பின்பும் இருக்கிறான் என்பதை அறிகிறோம். இங்கே இறுதியில் ஒரு ‘பிரம்மிப்பான தருணம்’ நிகழ்கிறது.

மையக்கதை என்ன, நாம் எந்தப் புள்ளியைச் சுற்றிக் கதையை பின்னப் போகிறோம் என்பதை முதலில் கண்டுகொள்ள வேண்டும் என்று மார்ட்டல் சொல்வதில் அர்த்தம் இருக்கிறது. மையக்கதை என்ன என்பதை அறிந்து அதைச் சுற்றி அடுக்குகளாக கதையை எழுதும்போது, நாம் ஏதாவது ஒரு அடுக்கைப் பின்னர் நீக்கினாலும் திரைக்கதையின் நோக்கம் மாறாது. அதை விடுத்து மையப்புள்ளியை அறியாமல், வெறும் காட்சிகளாக அடுக்கிக்கொண்டே போவதும் அல்லது வெறும் ட்விஸ்ட் வைக்கும் பொருட்டு காட்சிகளை உருவாக்கி க்ளைமாக்ஸ் நோக்கி பயணிப்பதும் திரைக்கதையை பலவீனப்படுத்திவிடும். அதனாலேயே ஓரளவிற்கேனும் தோராயமான அவுட்லைனை *(Outline)* எழுதி வைத்துக்கொண்டு, திரைக்கதையை எழுதுவது நலம்.

ஆனியன் பிளாட்டிங் உத்தியை அடுத்து மார்ட்டல் சொல்வது டென்னிஸ் பிளாட்டிங் என்றொரு உத்தி. டென்னிஸ் விளையாட்டு போல்தான் ஒரு கதையின் நிகழ்வுகளும் என்கிறார் மார்ட்டல்.

ஒரு டென்னிஸ் விளையாட்டில், முதலில் ஒரு வீரர் பந்தை அடித்தால்தான் அது எதிரில் இருக்கும் வீரரைச் சென்று அடைகிறது. பின் அந்த இரண்டாம் வீரர், பந்தை மீண்டும் முதலாம் வீரரை நோக்கித் திருப்பி அடிக்கிறார். இதுபோல், கதையின் நிகழ்வுகளும் மாறிமாறி நாயகன் வில்லன் ஆகியோரால் நகர்த்தப்பட வேண்டும் என்பதே இந்த உத்தி.

அதாவது முதலில் வில்லன் செய்யும் செயல் ஹீரோவை பாதிக்கிறது. ஹீரோ ஒரு போலீஸ் அதிகாரி. வில்லன் சமூக விரோத செயல்களை செய்கிறான். அதனால் இருவரும் முட்டிக்கொள்கிறார்கள். ஹீரோ, வில்லனுக்கு நெருக்கமான ஒருவரை கைது செய்து சிறையில் அடைக்கிறான். அல்லது என்கவுண்டர் செய்துவிடுகிறான். இதனால் கோபப்படும் வில்லன் ஹீரோவின் மனைவியைக் கொன்றுவிடுகிறான். ஹீரோ, வில்லனைச் சட்டத்தின் பிடியில் ஒப்படைத்துவிட்டு போலீஸ் வேலையே வேண்டாமென்று போய் விடுகிறான்.

சிலவருடங்கள் கழித்து வில்லன் வெளியே வருகிறான். அடுத்து என்ன? உடனே நாயகன் கோபம் கொண்டு வில்லனை அழிக்க சென்றுவிடுவானா? அதை அவன் முன்பே செய்திருக்க வேண்டுமே? இங்குதான் டென்னிஸ் பிளாட்டிங் உத்தி பயன்படுகிறது. வில்லன் நாயகனைத் தூண்டிவிட வேண்டும்.

அவன் மீண்டும் ஹீரோவின் வழியில் குறுக்கிடுகிறான். அவன் நாயகனின் பிள்ளைகளுக்கு ஆபத்து விளைவிக்கிறான். நாயகனால் பொறுத்துக் கொள்ள முடியவில்லை. அவன் வில்லனை மீண்டும் எதிர்க்கிறான்.

இங்கே எந்த நிகழ்வும் அதுவாக நடந்துவிடவில்லை. யாரோ ஒருவர் மற்றவரை நேரடியாகவோ மறைமுகமாவோ தூண்டிவிடுகிறார்கள். ஆக்சன் கதைகளில், நிகழ்வுகள் அதுவாக நடப்பதாக கதை அமைக்கக் கூடாது என்கிறார் மார்ட்டல். எல்லா நிகழ்வுகளுக்குப் பின்பும் ஒரு காரணம் இருக்கும், அதைச் சொல்லியே ஆக வேண்டும் என்றும் குறிப்பிடுகிறார்.

மேல் சொன்ன உதாரணம் பரிச்சயமான ஒன்றாகத் தோன்றலாம். அதை விலாவரியாக எழுதியதற்குக் காரணம் இருக்கிறது. பரிச்சயமான கதை ஓட்டத்தைப் புதியதாக எப்படி மாற்றுவது என்று சொல்ல விரும்பினேன். அதாவது, ஒரு கதையில்

சிறு மாற்றங்களைச் செய்தால் வேறொரு கதை கிடைக்க வாய்ப்பிருக்கிறது. அந்த வில்லன் ஜெயிலை விட்டு வந்து பெரிய அரசியல்வாதியாகிவிட்டான். அல்லது அவன் சாமான்யர்களால் நெருங்கமுடியாத இடத்தை அடைந்துவிட்டான். அவனை அழிப்பது எளிதல்ல. இது தெரிந்தும் ஹீரோ போலீசில் மீண்டும் சேர்ந்து போராடி அவனை அழிக்கிறான். இது ஒரு கதை.

அதுவே காலத்தால் அதிகம் பாதிக்கப்பட்ட, பக்குவப்பட்ட நாயகன் சட்டத்தை விட தர்மமே பெரிது என்று முடிவெடுத்து, போலீசில் சேராமல், அதே சமயத்தில் தன் முன்னாள் போலீஸ் மூளையை கொண்டு வில்லனை எதிர்க்கிறான் என்றால் இது ஒரு கதை. இங்கே நாம் செய்யும் சிறு மாற்றம் முற்றிலும் மாறுபட்ட இரண்டாம் பகுதியைப் படத்திற்குக் கொடுத்துவிடும்.

இங்கே கூடுதலாக இன்னுமொரு மாற்றம் செய்வோம். வில்லன், அரசியல்வாதி இல்லை. நான்கு பணக்கார இளைஞர்கள். அவர்கள் பணத்திமிரில் செய்யும் காரியம் ஹீரோவை பாதிக்கிறது. போலீஸ் நாயகன் தட்டிக் கேட்க, அவன் குடும்பமே அழிகிறது. ஆனால் போலீஸ் நிர்வாகமும் வில்லன்கள் பக்கமே நிற்கிறது. நாயகன் வேலையை ராஜினாமா செய்துவிட்டு, வில்லன்களை வேட்டை ஆடுகிறான். இப்படி, வில்லன்களை மாற்றினால் நம் கதையே வேறொரு கதையாக மாறிவிடுகிறது. நமக்கு முற்றிலும் மாறுபட்ட 'பழிவாங்கும் ஆக்சன்' *(Vigilante Action)* படம் கிடைத்துவிடுகிறது.

நாம் முன்னர் சொன்னது போல், நம் கதையில் ஹீரோ யாராகவும் இருக்கலாம். ஹீரோ போலீஸ் இல்லை. அவன் ஒரு கல்லூரி பேராசிரியர் (நான் சிகப்பு மனிதன் (1985)) அல்லது அவன் ஒரு ஆர்க்கிடக்ட். (குரோதம்). இப்போது நமக்கு வேறொரு திரைக்கதை கிடைக்கிறது. நாம் எந்தக் கதை எழுதினாலும், முதலில் நாம் உருவக்கும் ஒன் லைனில் இப்படி ஏதாவது மாற்றம் செய்தால் அது முற்றிலும் புதிய சுவாரஸ்யமான கதையைத் தந்திடுமா என்று யோசிக்கவேண்டும். அது திரைக்கதைக்கு நிச்சயம் பலம் சேர்க்கும்.

மார்ட்டல் இந்தப் புத்தகத்தில், ஆக்சன் கதைகள் 'ஆனியன் பிளாட்டிங்' அல்லது 'டென்னிஸ் பிளாட்டிங்' ஆகிய இரண்டு உத்திகளில் ஏதாவது ஒன்றாக இருக்கலாம் என்கிறார். ஆனால் நாம் இப்படி பிரித்துப்பார்க்க வேண்டிய அவசியமில்லை என்றே

நினைக்கிறேன். ஒரு படத்தில் இந்த இரண்டு உத்திகளும் இருப்பது போல் நம்மால் கதை எழுத முடிந்தால் அந்தக் கதை நிச்சயம் இன்னும் விறுவிறுப்பாக இருக்கும்.

உத்தி 1: கதையில் மையத்தை தெரிந்துகொண்டு அதைச் சுற்றி நிகழ்வுகளைப் பின்னுவது.

உத்தி 2: ஹீரோவை வில்லன் தூண்டிவிடுவது. வில்லனை ஹீரோ தூண்டிவிடுவது.

3. ஸ்ட்ரக்சர்
(Structure)

எழுதுவது என்பது குழந்தை மணலில் விளையாடுவதைப் போல. அது பொருட்களைக் கலைத்து அடுக்கி விளையாடுவது போல் எழுத்தில் வார்த்தைகளை மாற்றிப் போட்டு ஒவ்வொரு பக்கத்தையும் அலங்கரித்திட முடியம். எழுதுவதில் எனக்குப் பிடித்த விஷயம் இதுதான். காலை எழுதத் தொடங்கும் போது நாம் திட்டமிட்டிருக்காத ஒரு வடிவத்தை அந்த எழுத்து அடைந்துவிடும் தருணமே அன்றைய நாளின் தலைசிறந்த தருணம்.

-Markus Zusak

★★★

நம் ஹீரோவைக் கண்டுகொண்டோம். வில்லனையும் கண்டு கொண்டோம். விறுவிறுப்பாக இருவரையும் மோதவிட முடியும் என்று நம்புகிறோம். ஆனால் இதை எப்படி சாத்தியப்படுத்தப் போகிறோம்?

அதாவது கேங்க்ஸ்டர் ஹீரோவும், அரசியல்வாதி வில்லனும் மோதப்போகிறார்கள். என்ன நிகழ்வுகள் அவர்களுக்குள் நடக்கப்போகிறது என்பதை தோராயமாக யோசித்துவிட்டோம். அரசியல்வாதியின் ஆளை ஹீரோ கொன்றுவிடுகிறான் அல்லது

ஹீரோ தேர்தலில் நிற்க சீட் கேட்கிறான். வில்லன் கொடுக்க முடியாது என்கிறான். இது போன்ற நிகழ்வுகளை யோசித்து நாம் ஒன்லைனில் குறித்துவைத்துக் கொள்கிறோம்.

இப்போது, இவை அனைத்தும் ஒரு வலுவான கட்டமைப்புக்குள் வந்து அமரவேண்டுமே! ஹீரோவிற்கும் வில்லனுக்குமான பிரச்சனை இரண்டாம் பாதியின் பெரும்பகுதி முடிந்த பின்தான் வலுப் பெறுகிறது என்று வைக்க முடியாது அல்லவா?

அதற்கு தான் 'ஸ்ட்ரக்சர்' *(Structure)* மிக முக்கியமாகிறது. திரைக்கதையில், மிக சரளமாக, பயன்படுத்தப்படும் வார்த்தையும் இதுதான். பலரும் குழப்பிக்கொள்ளும் வார்த்தையும் இதுதான். ஏனென்றால் திரைக்கதை பற்றிப் பேசினாலே *'Three act Structure'* என்ற கோட்பாடே முன்னே வந்து நிற்கிறது.

பெரும்பாலும் 'த்ரீ ஆக்ட்' கோட்பாட்டை போதிக்கும் ஹாலிவுட் புத்தகங்கள் எல்லாம் முதல் ஆக்ட் இத்தனைப் பக்கங்கள் வர வேண்டும், இரண்டாம் ஆக்ட் இப்படி இருக்க வேண்டும், அதில் இதெல்லாம் நடக்கவேண்டும் என்று கையில் கோல் வைத்துக்கொண்டு கணக்கு சொல்லித்தரும் வாத்தியாரைப் போல் கடுமையாக நடந்துகொள்கின்றனவோ என்றே எண்ணத் தோன்றுகிறது. ஆனால் மார்ட்டல் அப்படி எதுவும் செய்யவில்லை. அவர் 'த்ரீ ஆக்ட்' என்பது வெறும் கருவியே, அதற்கு அளவிற்கு அதிகமான முக்கியத்துவம் தரவேண்டிய அவசியம் இல்லை, அதை அடிப்படையாக மட்டுமே வைத்துக் கொண்டு ஓர் எழுத்தாளர் தன் போக்கில் கதையை உருவாக்க வேண்டும் என்கிறார். நாமும் அவரோடு உடன்பட வேண்டிய இடம் இது.

ஹாலிவுட்டை விட்டுவிடுவோம். நம்மூரில் உண்மையிலேயே இந்த *Three act* கட்டமைப்பில்தான் கதைகள் எழுதப்படுகின்றனவா? இதற்கு 'ஆம்', 'இல்லை' என்று இரண்டு பதில்களையும் சொல்லலாம். இங்கே *Three act structure* உள்ளுணர்வின் அடிப்படையில் மட்டுமே பின்பற்றப்படுகிறது, ஆனால் ஹாலிவுட் போதிக்கும் முறையில் அல்ல. த்ரீ ஆக்ட்டை பிரபலப்படுத்திய சிட் பீல்ட் எல்லாம் நமக்கு அறிமுகம் ஆகும் முன்பே இங்கே நல்ல படங்கள் வந்திருக்கிறது என்பதை நினைவில் கொண்டோமேயானால் இதைப் புரிந்து கொள்வதில் நமக்கு எந்தக் குழப்பமும் இருக்காது.

Three act Structure, என்பது மொத்த திரைக்கதையையும் *First act,*

Second act மற்றும் *Third act* என மூன்று அங்கங்களாக பிரித்துக் கட்டமைக்கும் முறை. இதற்கு மிக எளிமையான விளக்கத்தை மார்ட்டல் தருகிறார்.

Act 1:Introduces the conflict.

Act 2: Is the conflict & escalation of the conflict.

Act 3: Resolves the conflict.

அதாவது முதல் ஆக்ட்டில், ஹீரோவிற்குப் பிரச்சனை வருகிறது. இரண்டாவது ஆக்ட்டில் அது வலுப்பெறுகிறது. மூன்றாவது ஆக்ட்டில் அந்தப் பிரச்சனைக்கு தீர்வு காணப்படுகிறது. நம் படங்கள் உட்பட, எல்லாப் படங்களிலும் இந்தக் கட்டமைப்பைக் கவனிக்கலாம். இதில் எந்த ஆக்ட் எத்தனை பக்கம் வரப்போகிறது என்றெல்லாம் குழப்பிக் கொள்ள வேண்டாம். முன்பு சொன்னது போல், நம்மூரில் பெரும்பாலும் திரைக்கதைகள் உள்ளுணர்விலேயே எழுதப்படுகின்றன. அப்போது மேலே குறிப்பிட்ட மூன்று விஷயங்களும் திரைக்கதையில் தானாகவே தங்கள் இடத்தை பிடித்துக்கொள்கின்றன. அது சரியாக, சுவாரஸ்யமாக வந்திருக்கிறதா என்று சரிபார்ப்பதே நம் வேலையாகிறது.

முதல் ஆக்ட்டில், நம் நாயகன் யார், அவன் நோக்கம் என்ன, அவன் சுற்றத்தார் யார் என்பதை நாம் அறிமுகம் செய்கிறோம். அப்படியே வில்லன் யார் என்பதையும் சொல்லிவிடுகிறோம். பின் ஹீரோவும் வில்லனும் நேரடியாகவோ அல்லது மறைமுகமாகவோ மோதிக்கொள்ளும் இடத்தில் இரண்டாம் ஆக்ட் பிறக்கிறது. (ஹீரோவும் வில்லனும் எடுத்த எடுப்பில் நேரடியாக மோதிக்கொள்ளாமல், ஹீரோவிற்கும் வில்லனின் விசுவாசி ஒருவனுக்கும் முதலில் பிரச்சனை வருகிறது என்பது போலும் கதையை அமைக்கலாம்). இறுதியாகப் பிரச்சனைக்கான தீர்வுக்குள் கதை நுழையும் இடமே மூன்றாம் ஆக்ட்.

முதல்வன் படத்தை எடுத்துக் கொள்வோம். முதலில் நாயகன் அறிமுகமாகிறான். அவன் தான் உண்டு தன் வேலையுண்டு என்று இருக்கும் ‘டிவி ரிபோர்ட்டர்’. அம்மா மடியில் தூக்கம், ஞாயிற்றுக்கிழமையானால் புதினா சட்னி, அப்பாவோடு அளவளாவல்- இவ்வளவே அவன் வாழ்க்கை. திடீரென்று ஒரு கலவரத்தைப் படம் பிடிக்கும் சூழல் உருவாகுகிறது (*Inciting In-*

cident). அப்படியே முதலமைச்சரை பேட்டி எடுக்கும் வாய்ப்பும் வருகிறது. அங்கு முதலமைச்சரோடு முரண் ஏற்படுகிறது. *(Conflict)*. கதை வளர, முரண் வலுப்பெறுகிறது. இறுதியில் அவன் வில்லனைக் கொல்வதன் மூலம் பிரச்சனைகளுக்குத் தீர்வு காண்கிறான். *(Resolution)*. இந்த அளவில் 'த்ரீ ஆக்ட்' பற்றிப் புரிந்து கொண்டாலே போதும் என்று நினைக்கிறேன். பத்தாவது பக்கத்தில் ஹீரோவிற்குப் பிரச்சனை வர வேண்டும், முப்பதாவது பக்கத்தில் *first act* முடிய வேண்டும் என்றெல்லாம் சொல்லும் ஹாலிவுட் முறைமைகளைப் பின்பற்றிக் குழம்ப வேண்டாம்.

ஏனெனில், நாயகனின் அறிமுகம், அவனுடைய வாழ்க்கைப் பற்றிய காட்சிகள் என்று நாம் அமைக்கும் போதே கதையின் முதல் இருபது நிமிடங்கள் தானாகவே கடந்துவிடும். அதனால் எங்கேயும் 'டைமிங்' பற்றி நாம் அலட்டிக் கொள்ள வேண்டாம். முழுத் திரைக்கதையையும் அதன் போக்கில் எழுதிவிட்டு பின்பு அதன் டைமிங் பற்றிச் சிந்திக்கலாம். சில படங்களில் முதல் பாதியிலேயே, வில்லன் நாயகனின் வாழ்க்கையில் குறுக்கிடுவான். பாண்டியநாடு போன்ற படத்தில் இடைவேளையின் போதுதான் வில்லனுக்கும் நாயகனுக்கும் நேரடி பிரச்சனை வரும்.

இரண்டாம் ஆக்ட்டில் பிரச்சனை வளர்ந்து கொண்டே போக வேண்டும் என்கிறார் மார்ட்டல். வில்லனுக்கு, நாயகன் யானை காதில் புகுந்த எறும்பு போல் குடைச்சல் கொடுக்கிறான். நாயகனை அழித்தே தீரவேண்டும் என்ற நிலை அவனுக்கு உருவாக வேண்டும். நாயகனுக்கும், வில்லனை அழித்தால்தான் அவனும் அவனைச் சார்ந்தோரும் நிம்மதியாக இருக்கமுடியும் என்ற நிலை வர வேண்டும். இப்படி அமைத்தால் சிறந்த ஆக்சன் கதையாக நம் கதை உருவெடுக்கும் என்கிறார் மார்ட்டல். இங்கே ஹீரோவும் வில்லனும் மாறிமாறி சீண்டிக்கொள்கிறார்கள் *(Tennis Plotting)* எனும் போது படத்தின் வேகம் நிச்சயம் கூடும். *(உதாரணம். தனி ஒருவன், இரும்புத்திரை)*

எல்லாப் பிரச்சனைகளுக்குமான தீர்வை நோக்கி கதையை நகர்த்துவதே மூன்றாவது ஆக்ட். இங்கே முடிந்தவரை கதையில் புதிய கிளைக்கதை *(Sub-plot)* எதையும் புகுத்தாமல் கதையை க்ளைமாக்ஸ் நோக்கி நகர்த்திட வேண்டும் என்று சொல்லும் மார்ட்டல், 'முதல் ஆக்ட்' பற்றிப் பேசும்போது, முதல் காட்சி பார்வையாளர்களைக் கட்டிப்போடும் வகையில் இருக்க வேண்டும்

என்கிறார். ஒரு பிரம்மிப்பான தருணத்திலிருந்து கதையைத் தொடங்க வேண்டும் என்கிறார். ஆனால் எப்போதும் அப்படி இருக்க வேண்டும் என்று அவசியமில்லையே! நாம் இங்கே அவரோடு நிச்சயம் முரண்பட்டே ஆக வேண்டும்.

ஆக்சன் படமாகவே இருந்தாலும், எல்லா நேரங்களிலும், படத்தின் முதல்காட்சி ஒரு பிரமிப்பான தருணத்திலிருந்து தொடங்க வேண்டிய அவசியமில்லை. அதற்கு வாய்ப்புமில்லை. சில படங்கள் அதன் உலகத்திற்குள் நம்மை இழுத்துக் கொள்ள அதிக அவகாசத்தை எடுத்துக்கொள்ளும்.

நாயகன், அவன் யார், அவனுடைய வாழ்க்கைமுறை என்ன போன்றவற்றை நாம் ஆரம்பத்தில் சொல்ல வேண்டியிருக்கும். யார் வம்பிற்க்கும் போகாத ஒரு நாயகனின் வாழ்க்கையில் பிரச்சனை வருகிறது என்பதுதான் நம்முடைய ஒன்லைன் எனில், அவன் யார் வம்பிற்க்கும் போகாதவன் என்பதைக் காண்பிக்க நமக்கு சில நிமிடங்களாவது தேவைப்படும் அல்லவா? கூடுதலாக அவனை நமக்குப் பிடிக்கவேண்டுமென்றால், அவன் அன்பானவன். பிறருக்கு உதவுபவன் என்றெல்லாம் காண்பிக்கலாம். அப்போது அதற்கும் அவகாசம் தேவைப்படும். அதனால்தான் மார்ட்டல் சொல்வதோடு நாம் உடன்பட வேண்டிய அவசியமில்லை என்றேன்.

இதற்குப் பொருத்தமான உதாரணமாக *The Equalizer* படத்தை சொல்லலாம். *The Equalizer* மிக சிறப்பானதொரு ஆக்சன் திரைப்படம். ஆனால் படத்தின் முதல் இருபது நிமிடங்கள் டிராமாவாகத்தான் நகரும்.

படத்தின் நாயகன் ஒரு முன்னாள் உளவுத்துறை அதிகாரி. அந்த உலகத்தை விட்டு வெளியே வந்து ஒரு சாதரணனாக வாழ்க்கையை நகர்த்துகிறான். அவனுடைய கடந்த காலம் எதுவும் படத்தின் முதல் பகுதியில் சொல்லப்பட்டிருக்காது. ஒரு பெரிய கடையில் வேலை செய்யும் அமைதியான, ஒழுக்கமான ஒரு மனிதனாகத்தான் அவன் நமக்கு அறிமுகப்படுத்தப்படுகிறான். அவன் தனியாக வசிக்கிறான். எல்லா வேலைகளையும் சரியாக திட்டமிடுதலுடன் செய்து முடிக்கிறான். உடன் பணியாற்றுபவர்களுக்கு ஆறுதலாக இருக்கிறான். தூக்கமின்மையால் அவதிப்படும் அவன் இரவில் ஒரு காப்பி விடுதிக்கு செல்கிறான். அங்கே ஒரு

பெண்ணைச் சந்திக்கிறான். இருவரும் நட்பாக உரையாடத் தொடங்குகிறார்கள். தினமும் அதே நேரத்தில் அதே இடத்தில் அவர்கள் சந்தித்துக்கொள்கிறார்கள். ஒருநாள் அவள் வரவில்லை. அவளுக்குப் பிரச்சனை. அங்கிருந்துதான் படம் ஆக்சன் பாதையில் பயணிக்கிறது.

இங்கே படத்தின் ஆரம்பக் காட்சிகள் நிதானமாக நகர்த்தப்பட்டிருக்கும். நாம் நம்மை அந்தப் பாத்திரங்களோடு தொடர்புபடுத்திக் கொள்ள இந்த நிதானம் தேவைப்படுகிறது. மேலும் படத்தின் பிந்தைய காட்சிகளில் நாம் அமைக்கப்போகும் காட்சிகளுக்கான விதையை ஆரம்பக்காட்சிகளிலே போட்டுவிடுவது நல்லது. *Equalizer* படத்தில் நாயகன் வில்லன்களைத் திட்டமிட்டு அழிக்கிறான். திட்டமிடுதலை அவன் வாழ்க்கைமுறையாகவே கடைப்பிடிக்கிறான் என்பதை ஆரம்பக் காட்சிகளிலேயே சொல்லிவிடுகிறார்கள். அவன் சரியான நேரத்தில் காலையில் எழுவது தொடங்கி அவன் சரியான நேரத்தில் ரயிலைப் பிடிப்பது என எல்லாமே மாண்டேஜ்களாக சொல்லப்பட்டிருக்கும். அவனிடம் இருக்கும் இந்தத் துல்லியமான திட்டமிடல்தான், பின்னர் பெரும் வில்லன்களை வீழ்த்த பெரிதும் பயன்படுகிறது.

இங்கே கவனிக்க வேண்டிய இன்னொரு விஷயமுண்டு. இந்தப் படத்தில் ஹீரோவை தேடிப் பிரச்சனை வரவில்லை. அவனேதான் பிரச்சனையைத் தேடிப் போகிறான். (இதுவும் ஒரு ஒன்லைன்!)

அவன் பிரச்சனையைத் தேடிப் போகாமல், அல்லது அந்தப் பெண்ணுக்கு எந்தப் பிரச்சனையும் வராமல் இருந்திருந்தால், இருபத்தி ஒன்றாம் நிமிடத்திலிருந்து இதை ஒரு காதல் படமாகக் கூட நகர்த்தியிருக்க முடியும். தான் உண்டு தன் வேலையுண்டு என்று வாழும் ஒரு வயதான ஹீரோ தன்னைவிட வயதில் குறைந்த ஒரு பெண்ணிடம் நட்பாகிறான். நாளடைவில் அது காதாலாகிறது. இந்த கதையை *Lost in Translation* படம் போல மென்மையான *(Feel Good)* படமாக நகர்த்த முடியும். ஆக்சன் படம் என்பதாலேயே ஆக்சன் காட்சிகளோடு படம் ஆரம்பிக்கவில்லை. ஒரு காதல் படம் போல்தான் நகர்கிறது. பின்தான் ஆக்சன் பாதையில் பயனிக்கிறது என்பதை நாம் புரிந்து கொள்ள வேண்டும்.

அதனால் எந்த வகை *(Genre)* கதையை நாம் எழுதினாலும், எல்லா நேரங்களிலும், எடுத்த எடுப்பிலேயே நாம் விறுவிறுப்பைப்

புகுத்த மெனக்கெட வேண்டாம். கதை எழுதும் போது, ஒரு திரைக்கதை எழுத்தாளரை அந்தக் கதை தன்னுள் இழுக்க எவ்வளவு அவகாசம் எடுத்துக்கொள்கிறதோ அதே அவகாசம் பார்வையாளர்களுக்கும் தேவைப்படும். அதனால் அந்தக் கதையின் போக்கில் நாம் காட்சிகளை அமைத்து முதல் வரைவை *(First Draft)* எழுதி விடலாம். பின் இரண்டாம் வரைவை எழுதும்போது காட்சிகளின் வேகத்தைக் கூட்டுவது குறைப்பது போன்றவற்றைப் பற்றிச் சிந்திக்கலாம்.

நாம் இங்கே ஆக்சன் திரைக்கதைகளைப் பற்றி விவாதித்தாலும், *Structure* பற்றி நாம் மேற்கூறிய அனைத்தும், எந்த வகையான திரைக்கதைக்கும் பொருந்தும். கூடுதலாக, இங்கே நாம் திரைக்கதை ஆலோசகர் மைக்கேல் ஹேக் சொல்லும் மூன்று அறிவுரைகளை நினைவில் வைத்துக்கொள்வதும் நல்ல திரைக்கதையை எழுத உறுதுணையாக இருக்கும்.

1. வித்தியாசமாக எழுதும் ஆர்வத்தில் ஹீரோவின் பிரச்சனையைப் போட்டுக் குழப்பிக் கொள்ளாதீர்கள். ஹீரோவின் நோக்கத்தை (Goal) மிகத் தெளிவாக வைத்துக் கொள்ளுங்கள்.

2. நேரடியாகக் கதையை அடுத்த கட்டத்திற்கு எடுத்து செல்லாதீர்கள். கதையில் ஹீரோவிற்கு பிரச்சனை வருவதற்கு முன்பு அவனுடைய அன்றாட வாழ்க்கையை அடிக்கோடிட்டுக் காட்டுங்கள்.

3. கதையை வேகமாக நகர்த்தும் நோக்கில் ஹீரோவை வேகவேகமாக பிரச்சனையில் தள்ளாதீர்கள். திரைக்கதையில் 25% முடியும் வரை கதை நிதானமாகவே நகரட்டும்.

4. பேசிங்
(Pacing)

எந்தக் காலகட்டத்திலும் திறமை என்பது அரிதான விஷயமாகவே இருந்து வருகிறது. அதைக் கருத்தில் கொள்வோமேயானால், நல்ல படங்களைவிட மோசமான படங்கள் அதிகம் எடுக்கப்படுவதைக் கண்டு நாம் ஆச்சர்யமோ அதிர்ச்சியோ கொள்ளமாட்டோம். உண்மையில் நம்மை ஆச்சர்யம் கொள்ளச் செய்வது என்னவெனில், சினிமாவை உருவாக்கும் முறை நீண்ட சிக்கலான ஒன்றாக இருந்தாலும், அதை உருவாக்கும் படைப்பாளியின் பாதை படுகுழிகள் நிறைந்ததாக இருந்தாலும் நல்ல படங்கள் எடுக்கப்படுகின்றன என்பதுதான்.

-Satyajit Ray

★★★

காட்சிகளைக் கட்டமைப்பதைப் பற்றி நாம் அறிந்துகொண்டோம். பிரத்தியேகமாக ஆக்சன் கதை என்று எழுதும் போது நாம் பின்பற்ற வேண்டிய இன்னொரு உத்தி 'பேசிங்க்' *(Pacing)* என்கிறார் மார்ட்டல். ஆக்சன் படங்களில் இந்த பேசிங் எவ்வளவு முக்கியம் என்பதை பார்ப்பதற்கு முன்பு, பொதுவாக திரைக்கதையில் 'பேசிங்க்' என்றால் என்ன என்று பேசுவோம்.

'பேசிங்க்' என்பதற்கு நேரடியாக 'வேகம்' என்று பொருள் கொள்ளலாம். அதையே பல திரைக்கதைப் புத்தகங்களும் சொல்கின்றன. ஆனால் இப்படிப் புரிந்து வைத்துக் கொள்வதில் ஒரு சிக்கல் இருக்கிறது. கதையில் நல்ல பேசிங் இருக்கவேண்டுமென்று சொல்லும்போது, கதை வேகவேகமாக நகரவேண்டும் என்ற அர்த்தம் வருகிறதே! அது எல்லாச் சூழலிலும் சாத்தியமில்லையே!

பெரும்பாலான திரைக்கதைப் புத்தகங்கள் ஹாலிவுட் எழுத்தாளர்களால் எழுதப்படுவதால் அவர்கள் 'பேசிங்' என்பதை வேகம் என்ற பொருளிலேயே பயன்படுத்துகின்றனர். ஆனால் ஹாலிவுட் படங்களில் இருக்கும் பேசிங் ஐரோப்பிய படங்களில் இருக்காது. இந்திய படங்களிலும் அந்த பேசிங் மாறுபட்டுத்தான் இருக்கும். அல்லது ஹாலிவுட் படங்களோடு ஒப்பிடுகையில் நம்முடைய விறுவிறுப்பான படங்கள்கூட நிதானமாகத்தான் நகரும். அப்படியெனில் நம் படங்களை ஸ்லோவான படங்கள் என்று சொல்ல முடியுமா! அப்படி சொல்வது பொருத்தமாக இருக்காது அல்லவா? 'பேசிங்' என்பதை வேகம் என்ற அர்த்தத்தில் புரிந்து கொள்ளாமல் இருப்பது இத்தகைய குழப்பங்களை தவிர்க்க உதவும். .

அப்படி என்றால் 'பேசிங்க்' என்றால் என்ன?

என்னளவில், கதை ஒரு புள்ளியிலிருந்து இன்னொரு புள்ளி நோக்கி நகர எவ்வளவு கால அவகாசத்தை எடுத்துக்கொள்கிறது என்பதே 'பேசிங்க்'. எளிமையாக புரிந்துகொள்வதற்காகவே இப்படிச் சொல்கிறேன். உதாரணமாக, கும்பலங்கி நைட்ஸ் படத்தை எடுத்துக் கொள்வோம். படத்தின் பெரும் பகுதி ஒரு மீனவக் குடும்பத்தில், அவர்களின் வாழ்க்கையைப் பற்றி மட்டுமே பேசுகிறது. வழக்கமான அளவீடுகளோடு பார்த்தால், அந்தப் படத்தில் காட்சிகளும் அவ்வளவு விறுவிறுப்பாக நகராது. அப்படி இருந்தும் படம் போரடிக்கவில்லை. ஏனெனில், கதையில் முன்னோக்கிய நகர்வு சரியான கால இடைவெளியில் இருந்து கொண்டே இருக்கிறது. இதுவே 'பேசிங்'.

முதலில், அண்ணன் தம்பிகளைப் பார்க்கிறோம். அடுத்து அவர்களுக்குள் இருக்கும் பிரச்சனைகளை அறிகிறோம். அடுத்து ஒரு சகோதரனின் வாழ்க்கையில் காதல் நுழைவதைப் பார்க்கிறோம். அந்தக் காதலுக்கு முட்டுக்கட்டை வருவதை பார்க்கிறோம்.

இப்படிக் கதை ஒரு புள்ளியிலிருந்து இன்னொரு புள்ளிக்கு நகர்வதால் திரைக்கதையில் தொய்வு தெரியவில்லை. மேலும் ‘பேசிங்’ என்பது ஒவ்வொரு வகை கதைக்கும், அதன் உலகிற்கு ஏற்ப மாறுபடும் என்பதையும் நாம் நினைவில் கொள்வோம்.

சரி, ஆக்சன் கதைகளில் பேசிங் எப்படி இருக்க வேண்டும்?

மார்ட்டலை பொறுத்தவரை ஆக்சன் படங்களில் ‘பேசிங்’, பார்வையாளர்களை வேறு விஷயம் நோக்கி சிந்திக்கவிடாத அளவிற்கு குறைந்த கால இடைவெளியில் நிறைய விறுவிறுப்பான காட்சிகளைக் கொண்டதாக இருக்க வேண்டும். அதாவது கதை ஒரு புள்ளியிலிருந்து அடுத்த புள்ளிக்கு நகரும் கால இடைவெளி மிகக் குறைவானவொன்றாக இருத்தல் வேண்டும்.

நம் நாயகனுக்குப் பிரச்சனை வரும் வரை கதையை நிதானமாக நகர்த்தலாம் என்றோம். இப்போது பிரச்சனை வந்துவிட்டது. அதன்பின் கதையில் ஆர்வமூட்டும் நிகழ்வுகள் எவ்வளவு துரிதமாக நடக்கிறதோ அவ்வளவு சுவாரஸ்யமாக அந்தப் படம் இருக்கும். பிரச்சனை வந்தபின், அதிலிருந்து கதையை நகர்த்தாமல் நாம் வேறு கதையைச் சொல்லிக்கொண்டிருந்தால்தான் படம் நோக்கமற்று நகர்வது போல் தோன்றும்.

முதலமைச்சரை எதிர்த்து நாயகன் கேள்வி கேட்டுவிட்டான். அதுவே பிரச்சனை. அடுத்த சுவாரஸ்ய நிகழ்வு என்ன? நீ ஒரு நாள் முதலமைச்சராக இருந்து பார் என்று நாயகனைப் பார்த்து வில்லன் சொல்கிறான். நாயகனும் அதை ஏற்கிறான். மீண்டும் குறைந்த கால இடைவெளியில் அடுத்த சுவாரஸ்யம் என்ன? அவன் வீதியில் இறங்கி எல்லாத் தவறுகளையும் தட்டிக் கேட்கிறான். இப்படி சுவாரஸ்ய நிகழ்வுகளைக் கொண்டு திரைக்கதையை அமைப்பது முக்கியமாகிறது.

மீண்டும் *The Equalizer* படத்திற்கு வருவோம். படத்தில் அந்தப் பெண்ணைத் துன்புறுத்தியவர்களைத் தண்டிக்க ஹீரோ புறப்பட்டப் பின்பு, கதையில் திருப்பங்கள் நிகழ்ந்துகொண்டே இருக்கின்றன. முதலில் நாயகன் அந்தப் பெண்ணைத் துன்புறுத்திய டானைக் கொல்கிறான். அதன் பின் ஓரிரு நிமிடங்கள்தான் நாயகனின் வாழ்க்கை சகஜமாக இருக்கிறது. அடுத்த காட்சியிலேயே, தன் ஆளைக் கொன்றது யார் என்று அந்த டானுடைய தலைவனொருவன் தேடத்தொடங்குகிறான். அவன் நாயகனைக்

கொல்ல ஆள் அனுப்புகிறான். மீண்டும் நாயகன் எதிர்வினை ஆற்றுகிறான். இப்படிக் குறைந்த கால இடைவெளியில் அதிக திருப்பங்கள் நிகழ்ந்து கொண்டே போவதால், வேறு மொழியில் சொல்ல வேண்டுமெனில், இந்தப் படத்தின் 'பேசிங்' விறுவிறுப்பாக இருப்பதால், *The Equalizer* மிகவும் சுவாரஸ்யமானதொரு படமாக இருக்கிறது.

இந்த பேசிங்கை எப்படி சாத்தியப்படுத்துவது?

ஒன்லைன் எழுதும் போதே 'பேசிங்' நம் காட்சிகளில் இருக்கிறதா என்று சரிபார்த்துக் கொள்ளலாம். அல்லது முழு திரைக்கதையை எழுதி முடித்தப்பின் பேசிங்கிற்கு ஏற்றார்போல் கதையை மாற்றி எழுதலாம் என்கிறார் மார்ட்டல்.

ஆனால் ஒன்லைன் எழுதிடும்போது பேசிங்கில் கவனம் செலுத்துவதே சிறந்த உத்தி என்றும் அறிவுறுத்துகிறார். கதையை மீண்டும் மீண்டும் மாற்றி எழுதுவது அதிக அவகாசத்தை எடுத்துக் கொள்ள கூடிய செயல் என்பதால் அப்படி சொல்கிறார். மேலும் கதையை முழுவதுமாக எழுதி முடித்தப்பின், திரைக்கதை சுவாரஸ்யமாக இருக்கவேண்டும் என்பதற்காக இடைச்செருகலாக காட்சிகளை திணிக்கும் நிலையை இந்த இரண்டாவது உத்தி ஏற்படுத்தலாம். அத்தகைய காட்சிகள் படத்தோடு பொருந்தாமல் தோன்றும். அதனாலேயே இந்த முறையைத் தவிர்க்கச் சொல்கிறார் மார்ட்டல்.

நாம் மிக வித்தியாசமான ஒரு கதைக் கருவை யோசித்துவிட்டோம். சிறப்பானதொரு கதாபாத்திரத்தையும் வடிவமைத்துவிட்டோம். ஆனால் 'பேசிங்'கை நம்மால் சாத்தியப்படுத்த முடியவில்லை என்றால், அது சுவாரஸ்யமற்ற கதையாகவே இருக்கும் என்கிறார் மார்ட்டல்.

நாயகனின் ஓட்டினை வேறொருவன் மாற்றி போட்டுவிடுகிறான். பின் நடந்தது என்ன? வித்தியாசமான கருதான். நாயகனோ பெரும் நாடுகளையே அச்சுறுத்தும் கார்ப்பரேட் மூளை. நாம் பார்த்திராத கதாபாத்திரம்தான். ஆனால் படம் எங்கே சறுக்குகிறது! நாம் எதிர்ப்பார்க்கும் முன்னோக்கிய நகர்வு படத்தில் இருக்கிறதா? இல்லை அல்லவா? ஏனெனில் நாயகனின் ஓட்டு கள்ள ஓட்டாக போடப்பட்ட பின்பு, அவன் தேர்தல் ஆணையத்தை அசைத்துப்பார்க்கிறான். பின் இது ஒரு லீகல் திரில்லராக

மாறியிருந்தால் அதில் ஒரு விறுவிறுப்பு இருந்திருக்கலாம். படம் அரசியல் திரில்லராக மாறுகிறது. அதுவும் நல்ல ஒன்லைன் தான். அப்போது நாயகனுக்கும் எதிரிகளுக்கும் பெரும் பிரச்சனை வெடித்திருக்க வேண்டும். அந்தப் பிரச்சனை நாம் முந்தைய அத்தியாயங்களில் பார்த்ததைப் போல, 'டென்னிஸ் பிளாடிங்' வடிவில் இருந்தால் படத்தின் சுவாரஸ்யம் கூடிடும். (அதாவது ஹீரோ வில்லனை முட்டுகிறான். பின் வில்லன் ஹீரோவை முட்டுகிறான். இப்போது மீண்டும் ஹீரோ இன்னும் அதிக கோபத்துடன் மோதுகிறான். இப்படி மாறிமாறி மோதிக்கொள்கிறார்கள் என்று கதை அமைக்கலாம்). ஆனால் இங்கே எதிர்வினை ஒருபக்கத்தில் மட்டுமே இருக்கிறது. அதாவது நாயகன் மட்டுமே, திரைக்கதையின் பெரும்பகுதியில், வில்லனுக்கு எதிராக தன் சாம்ராஜ்யத்தை கட்டமைத்துக் கொண்டே போகிறான். மேலும் தவிர்க்கமுடியாத காதல் காட்சிகள் வேறு. இவையெல்லாம் சேர்ந்து படத்தின் பேசிங்கைக் குறைத்துவிடுகிறது. அதனால் ஹீரோ மட்டுமே வளர்ந்துகொண்டே போகிறான் என்று கதையை அமைப்பதை தவிர்ப்போம்.

ஹீரோ அரசியல் வேண்டாமென்றாலும், அவன் வீட்டை வில்லன் இடிக்க வேண்டும். அப்போதுதான் திரைக்கதையில் அடுத்தகட்ட நகர்வு ஏற்படுகிறது. எனவே, ஆக்சன் கதைகளில், ஹீரோவும் வில்லனும் மாறிமாறி சீண்டிக்கொண்டால்தான் கதை சுவாரஸ்யமாக நகரும் என்பதை நாம் நினைவில் கொள்ள வேண்டும்.

சரி, பேசிங் இருக்க வேண்டும் என்ற நோக்கத்துடன் ஒரு கதையை எழுதிவிட்டோம். அது சரிதானா என்று எப்படி உறுதி செய்வது? அதாவது நம் கதையில் பேசிங் இருக்கிறதா என்று நாம் எப்படி சரிபார்த்துக் கொள்வது?

நாம் எழுதும் ஒவ்வொரு காட்சியும் அடுத்த காட்சிக்கான ஆரம்பப்புள்ளியாக இருக்கிறதா என்று பார்த்தால் மட்டும் போதும். அப்படி இல்லாத காட்சிகளை இரக்கமின்றி திரைக்கதையிலிருந்து நீக்கிவிட வேண்டும். திரைக்கதையில், முந்தைய காட்சிக்கும் அடுத்த காட்சிக்கும், அல்லது பின்வரப் போகும் காட்சிக்கும் நேரடியாகவோ மறைமுகமாகவோ எந்தத் தொடர்பும் இல்லாத காட்சியாக ஒரு காட்சி இருக்குமாயின், அதுவே நம் படத்தின் விறுவிறுப்பைக் குறைக்கும் காட்சி என்று உறுதியாக சொல்லலாம்.

5. கான்ஃபிளிக்ட் (Conflict)

முதலில் உங்களுக்காக எழுதுங்கள், பின்பு ஆடியன்ஸ் பற்றி அலட்டிக்கொள்ளலாம்.

- Stephen King

★★★

எந்தவகை திரைக்கதையாக இருந்தாலும், ஹீரோவிற்கு வரும் 'பிரச்சனை'தான் *(Conflict)* கதையை நகர்த்தப்போகிறது என்பதை நாம் இந்நேரம் அறிந்திருப்போம். ஆனால் அது வெறும் எக்ஸ்டர்னல் கான்ஃபிளிக்ட் *(External Conflict)*-ஆக மட்டுமே இருந்துவிட வேண்டுமென்று அவசியமில்லை! இன்டெர்னல் கான்ஃபிளிக்ட் *(Internal Conflict)*-ஆகவும் இருக்கலாம். அதாவது ஹீரோவிற்கு புற உலகிலிருந்து பிரச்சனை வருகிறது என்றால் அது எக்ஸ்டர்னல் கான்ஃபிளிக்ட். உதாரணம், ஹீரோவிற்கு வில்லனால் பிரச்சனை வருவது.

அதுவே அவனுக்கு அகம் சார்ந்த போராட்டங்கள் இருக்கிறது என்றால் அது இன்டெர்னல் கான்ஃபிளிக்ட். அது உணர்வு ரீதியான போராட்டமாகவும் இருப்பதால் அதை எமோஷனல்

கான்ஃபிளிக்ட் *(Emotional conflict)* என்றும் சொல்லலாம். உதாரணமாக, சிறுவயதில் ஹீரோவின் கண்முன்னாலே அவன் தம்பி நீரில் மூழ்கி இறந்துவிடுகிறான். தம்பியை ஹீரோவால் காப்பாற்றமுடியவில்லை. அல்லது தம்பியின் மரணத்திற்கு ஹீரோவின் அலட்சியம்தான் காரணமாகிறது. அதனால் ஹீரோ வாழ்நாள் முழுக்க அந்தக் குற்ற உணர்ச்சியிலேயே வாழ்ந்து கொண்டிருப்பான். அது அவனுடைய மற்ற செயல்களைப் பாதிக்கும். இங்கே இந்தக் குற்ற உணர்ச்சிதான் அவனுடைய எமோஷனல் கான்ஃபிளிக்ட். திரைக்கதையில் இன்டெர்னல் மற்றும் எக்ஸ்டர்னல் ஆகிய இரண்டு பிரச்சனைகளும் இருக்கும்போது அந்தக் கதை அதிக பலம் பெறும்.

ஆக்சன் கதைதான் என்றாலும், வெறும் எக்ஸ்டர்னல் கான்ஃபிளிக்ட்டை மட்டுமே வைத்துக் கொண்டு கதையை நகர்த்தினால், படம் மேம்போக்காக இருக்கும் என்கிறார் மார்ட்டல். அவரைப் பொருத்தவரை ஆக்சன் படத்தில் எமோஷனல் கான்ஃபிளிக்ட் நிச்சயம் இருக்க வேண்டும். அதே சமயத்தில் வெறும் எமோஷனல் பிரச்சனை மட்டும் கதையை நகர்த்திவிடாது. புறப் பிரச்சனை, அகப் பிரச்சனை ஆகிய இரண்டுமே ஒன்றை ஒன்று பாதிப்பதாக இருத்தல் வேண்டும்.

வெறும் அகப் பிரச்சனையை மட்டுமே வைத்து ஒரு நாவல் எழுதிவிட முடியும். ஒருவனின் சிந்தனைகள், எண்ண ஓட்டங்கள், மனமாற்றம் போன்றவற்றை அந்த நாவல் பேசக்கூடும். ஆனால் இதைத் திரையில் காட்சிப்படுத்த முடியாது அல்லவா? அதனால்தான் அங்கே ஒரு புறப்பிரச்சனை முக்கியமாகிறது. எனினும் வெறும் புறப்பிரச்சனையை மட்டும் திரைக்கதையாக்காமல், ஹீரோவின் அகப்பிரச்சனையும் புறப்பிரச்சனையும் சந்தித்துக்கொள்கிறது, புறப்பிரச்சனைக்கு தீர்வு காண்பதன் மூலம் அந்த நாயகன் அகப் போராட்டத்தில் வெற்றிக் கொள்கிறான் என்று கதையை அமைக்கும்போது திரைக்கதை மேலும் சுவாரஸ்யமாகிறது.

உதாரணமாக, ஒரு போலீஸ் நாயகன் இருக்கிறான். அவன் மிக அடாவடியான போலீசாக இருந்த காலத்தில் அவனுடைய குடும்பத்தை சிலர் கொன்றுவிடுகிறார்கள். இந்த இழப்பு அவனைக் குடிகாரனாக மாற்றுகிறது. தன் அடாவடித்தனமே எல்லாவற்றிற்கும் காரணம் என்று எண்ணும் அவன் ஒரு நடைப்பிணம் போல் தன்

வாழ்க்கையை நகர்த்திக்கொண்டிருக்கிறான். அவனுடைய இறந்த காலமே அவன் மனதில் பெரும் போராட்டத்தை நிகழ்த்துகிறது. அதனால் அவனுக்கு எதிலும் ஈடுபாடில்லை.

இப்போது அவனிடம் ஒரு கொலை வழக்கு வருகிறது. அதை கையிலெடுப்பதில் அவனுக்கு விருப்பம் இல்லை. சந்தர்ப்ப சூழல் அந்த வழக்கைக் கையிலெடுக்க வைக்கிறது. அவன் குற்றவாளிகளைத் தண்டிப்பதன் மூலம் வேறு சில நல்லவர்களை காப்பாற்ற முடிகிறது. இது அவனுக்கு தன் குடும்பத்தைக் காப்பாற்றிய உணர்வை ஏற்படுத்துகிறது. அவன் குடிப்பழக்கத்தை விடுகிறான். புதுமனிதனாகிறான். இங்கே புற உலகில் நிகழும் பிரச்சனையைத் தீர்ப்பதன் மூலம், அவனுடைய எமோஷனல் பிரச்சனைக்கும் தீர்வு கிடைக்கிறது.

மேற்கூறிய உதாரணத்தில் நாம் கவனிக்க வேண்டிய விஷயங்கள் சில உண்டு. வெறும் எமோஷனல் பிரச்சனை மட்டும் இருந்தால் இங்கே கதையில் எந்த நகர்வும் ஏற்படவில்லை. வெளியுலகில் பிரச்சனை வரும் போதுதான் கதை நகர்கிறது. அடுத்து, அந்த எமோஷனல் பிரச்சனையை நாம் ஒரு கட்டத்தில் புறப்பிரச்சனையோடு இணைத்துவிட்டோம். அதனால்தான் அங்கே ஒரு முழுமை இருக்கிறது. அப்படிச் செய்யாமல், ஹீரோவிற்கு ஒருபக்கம் அகப் பிரச்சனை இருக்கிறது, இன்னொரு பக்கம் புறப் பிரச்சனை இருக்கிறது, இரண்டிற்கும் எந்த சம்மந்தமும் இல்லை என்று கதை அமைத்தால் கதை வெவ்வேறு கோணத்தில் சுவாரஸ்யமற்று வளர்ந்து கொண்டே போகும்.

அதனால் எவ்வளவு பெரிய ஆக்சன் படமென்றாலும், *Die hard* படத்தில் வருவது போல் ஹீரோவிற்கு அகம் புறம் இரண்டிலும் பிரச்சனை இருக்கட்டும் என்று வலியுறுத்துகிறார் மார்ட்டல். இதே உத்தியை திரைக்கதையாசிரியர் கிறிஸ்டோபர் வாக்லரும் தன் *The Writer's Journey* புத்தகத்தில் அடிக்கோடிட்டு காட்டுகிறார்.

திரைக்கதையில், ஹீரோவிற்கு இன்டெர்னல்/எமோஷனல் கான்ஃபிளிக்ட் மற்றும் எக்ஸ்டர்னல் கான்ஃபிளிக்ட் ஏன் இருக்கவேண்டும் என்பதை புரிந்துகொண்டோம். ஆனால் நம் படங்களில் இன்டெர்னல் கான்ஃபிளிக்ட் இருக்கிறதா?

ஆம் உண்டு. ஆனால் அது எல்லா நேரங்களிலும் குற்ற உணர்ச்சியாக மட்டுமே இருக்கவேண்டிய அவசியமில்லை. 'குற்ற

உணர்ச்சி' என்பது ஒரு உதாரணம் மட்டும்தான். நம் படங்களில் நாம் அகப் போராட்டத்திற்கு பெரும்பாலும் எமோஷன் *(Emotional conflict)*, அல்லது சென்டிமெண்ட் போன்ற வடிவங்களை கொடுத்துவிடுகிறோம். இதை நாம் இன்னும் விலாவரியாக பேசுவோம்.

புறஉலகில் இருக்கும் சக்தியால் ஏற்படும் பிரச்சனை External conflict.
அகத்தினுள் ஏற்படும் பிரச்சனை Internal conflict.

முதலில், ஒரு காதல் கதையை உதாரணமாக எடுத்துக்கொள்வோம். நாயகி, ஹீரோவை காதலிப்பதாக சொல்கிறாள். அவன் அவளுடைய காதலை ஏற்க மறுக்கிறாள். இதற்கு என்ன காரணம் இருக்கலாம்! அவன் தந்தையே அவனைக் குடும்பத்திலிருந்து ஒதுக்கி வைத்திருக்கலாம். அவன் தந்தையைப் பொருத்தவரை அவன் ஒரு உதாவாக்கரை. இது அவனை பெரும் மனப் போராட்டத்தில் ஆழ்த்துகிறது. இதை அவன் வெளியே சொல்ல வேண்டும் என்று அவசியமில்லை. இங்கே தந்தையுடன் மனதளவில் இருக்கும் முரணே இன்டெர்னல் கான்ஃபிளிக்ட். பொதுவாக நம் படங்களில், இது போன்ற 'எமோஷன்'தான் இன்டெர்னல் கான்ஃபிளிக்ட்டாக வந்து நிற்கும்.

இன்னொரு உதாரணம். நாயகன் முன்னாளில் பாம்பேயில் பெரிய டான். எல்லாவற்றையும் விட்டுவிட்டு அவன் ஆட்டோ ஓட்டிக்கொண்டிருக்கிறான். இனிமேல் வன்முறை பாதையில் போகமாட்டேன் என்று தந்தைக்கு செய்து கொடுத்த சத்தியத்தை காப்பாற்ற வேண்டும். அதே சமயத்தில் தன் தம்பி தங்கைகளையும் பத்திரமாகப் பாதுகாக்க வேண்டும். இது அவனுள் ஒரு எமோஷனல் போராட்டத்தை நிகழ்த்துகிறது. பாட்ஷா படமே அதிலிருக்கும் 'எமோஷன்'தான் என்று இயக்குனர் சுரேஷ் கிருஷ்ணா ஒருமுறை குறிப்பிட்டிருந்தார். ஆம் அந்த எமோஷன் (நட்பு)தான் மாணிக்கத்தை மாணிக் பாட்ஷாவாக மாற்றுகிறது. அதே எமோஷன்தான் (தந்தை பாசம்) அவனை மீண்டும் மாணிக்கமாக மாற்றுகிறது. இறுதியில் தன் குடும்பத்தைக் காக்கத்தான் அவன் மீண்டும் வன்முறையை கையில் எடுக்கிறான். நாயகனிடம் இருக்கும் எமோஷனல் கான்ஃபிளிக்ட்தான் அவனை நம்மில் ஒருவனாக காட்டுகிறது. அப்போது அவனோடு நம்மால் எளிதில் தொடர்பாட முடிகிறது.

நம் வாழ்க்கையில் கடந்துவரும் எந்த எமொஷனையும் நாம் இன்டெர்னல் கான்ஃபிளிக்ட்டாக மாற்ற முடியும். தங்கை மீதிருக்கும் பாசம், மனைவி மீதிருக்கும் அன்பு, தந்தையின் கண்டிப்பு, இப்படிச் சொல்லிக் கொண்டே போகலாம்.

தந்தையின் கண்டிப்பிற்கு பயந்து நாயகன் சிறு வயதில் வீட்டை விட்டு ஓடிவிடுகிறான். வளர்கிறான். காதலிக்கிறான். ஆனாலும் அவரது நினைவு அவனை வாட்டிக் கொண்டே இருக்கிறது. இதுவே அவனுடைய இன்டெர்னல் கான்ஃபிளிக்ட். காதலிதான் வாழ்க்கை என்று இருக்கும் போது, அவள் திடீரென்று இறந்துப் போகிறாள். இப்போது அவனுக்கு யாருமில்லை. இயல்பாக அவனுடைய மனம் யாரைத் தேடும்?

அவன் தன் குடும்பத்தைத் தேடிப் போகிறான். தந்தை அவனை ஏற்றுக் கொள்ளவில்லை. இங்கே அவனுடைய இன்டெர்னல் கான்ஃபிளிக்ட் *(Internal /Inner conflict)* இன்னும் அதிகமாகிறது. இப்படிக் கதையின் போக்கில் வளர்ந்து கொண்டே போகும் இந்த கான்ஃபிளிக்ட் இறுதியில் தீர்த்து வைக்கப்பட வேண்டும். முன் சொன்னது போல் புற உலகின் பிரச்சனைக்கு தீர்வு காணும்போது அக உலகின் பிரச்சனைக்கும் தீர்வு வந்து சேர வேண்டும்.

வேறொரு உதாரணம். *The Equalizer, Unforgiven* இரண்டு படங்களிலும் ஒரே மாதிரியான எமோஷனல் கான்ஃபிளிக்ட் இருப்பதை கவனிக்க முடியும். நாயகர்கள் தங்களின் இறந்துபோன மனைவிக்காக வன்முறை வாழ்க்கையை விட்டுவிட்டு அமைதியாக வாழ்கிறார்கள். காலம் அவர்களை மீண்டும் பழைய பாதைக்கு இட்டுச் செல்கிறது. மனைவியின் நினைவுகளே அவர்களுக்குள் இருக்கும் எமோஷனல் பிரச்சனை. அந்த மனைவிக்காகதான் அவர்கள் பழைய வாழ்க்கையை துறந்தார்கள் என்பது காட்சிகளாகவோ வசனத்தின் மூலமோ அடிக்கோடிட்டு காண்பிக்கப்பட்டிருக்கும். ஆனால் மனைவிக்குப் பிடிக்காத பாதையைத் தேர்ந்தெடுத்துவிட்டோமோ என்ற குழப்பம் அவர்களுக்குள் இருக்கிறது. அதனால் மேலும் அகப்போராட்டத்திற்கு ஆளாகிறார்கள். இங்கேயும் கதையின் போக்கில் அந்த இன்டெர்னல் கான்ஃபிளிக்ட் வளர்வதை கவனிக்கலாம். இறுதியாக தங்களின் மனைவி இருந்திருந்தால் தங்களின் முடிவுக்கு ஆதரவு தந்திருப்பாள் என்று உணர்கிறார்கள். இங்கே அவர்களின் எமோஷனல் பிரச்சனைக்கு தீர்வு காணப்படுகிறது.

இந்த Internal conflict (Inner conflict) இல்லை என்றால் என்ன ஆகும்?

விவேகத்தை நம்மால் ஏற்றுக்கொள்ள முடியாமல் போனதற்கும் விஸ்வாசம் ஏற்றுக்கொள்ளப் பட்டதற்கும் இந்த *Inner conflict*தான் காரணம். விஸ்வாசம் படத்தில் அவனால் இறுதி வரை தன் மகளிடம் தான் யார் என்பதைச் சொல்ல முடியவில்லை. இது அவனுள் பெரும் மனப்போரட்டத்தை ஏற்படுத்துகிறது. விவேகம் படத்தில் அத்தகைய உணர்வுகள் இல்லாததால்தான், ஏதோ வீடியோ கேமில் வருவதை போல் நாயகன் சண்டைப் போட்டுக்கொண்டே இருக்கிறார் என்ற உணர்வு ஏற்படுகிறது.

இன்டெர்னல் கான்ஃபிளிக்ட் பற்றி மட்டுமே வலியுறுத்தி பேசுவதற்கு காரணம் இருக்கிறது. பொதுவாகத் திரைக்கதை எழுதும் போது நாம் ஹீரோவிற்கு என்ன பிரச்சனை வரப்போகிறது என்பதை அறிந்திருப்போம். ஆக்சன் படமெனில் யாரால் பிரச்சனை வரப்போகிறது என்பதையும் அறிந்திருப்போம். அதாவது எக்ஸ்டர்னல் கான்ஃபிளிக்ட் என்ன எனபது நமக்கு எளிதாகத் தெரிந்துவிடுகிறது. அதனால் வில்லன் ஒரு அரசியல்வாதி, டான், *Psycho* என்றெல்லாம் யோசித்துவிடுவோம். ஆனால் பல நேரங்களில் எமோஷனல் பிரச்சனைக்குத்தான் முக்கியத்துவம் தராமல் போய்விடுகிறோம். அப்படிச் செய்யாமல் ஆரம்பத்திலிருந்தே நம் பாத்திரத்தின் அகப் போராட்டத்தைப் பற்றிய தெளிவு நமக்கு வேண்டும்.

அகப்போராட்டம் கதாபாத்திரத்தின் அகத்தில் இருக்கும் ஒன்று, அதைத் திரையில் எப்படிக் கொண்டுவருவது!

அதற்கு ஏற்றார் போல் காட்சிகளை உருவாக்க வேண்டும். இது கடினமாக இருந்தாலும், இதுதான் நல்லத்திரைக்கதைக்கும் சுமாரான திரைக்கதைக்கும் இருக்கும் வித்தியாசம் என்று திரைக்கதையாசிரியர்கள் டேவிட் ஹோவர்ட் மற்றும் எட்வர்ட் மாப்லீ ஆகியோர் சொல்கிறார்கள்

உதாரணமாக, நாயகன் கல்லூரி படிக்கும்போது ஒரு பெண்ணைக் காதலிக்கிறான் என்று வைத்துக்கொள்வோம். ஒரு கட்டத்தில் அந்தக் காதல் முறிந்துவிடுகிறது. அந்த வலி அவன் மனதில் இருந்துகொண்டே இருக்கிறது. பல வருடம் கழித்து வேறொரு பெண்ணோடு காதல் மலர்கிறது. இப்போது அவன் தன் வலியை

வசனமாக சொல்லலாம். ஆனால் திரைக்கதையில் காட்சிகளை உருவாக்குவதே பலம் அல்லவா!

இப்போது நாயகனை அவனுடைய காதலி ஒரு ஸ்பெஷல் பார்ட்டிக்கு அழைத்துச் செல்கிறாள் என்பது போல் ஒரு காட்சியை எழுதுகிறோம். அதே போன்ற ஒரு நிகழ்விற்குதான் பலவருடங்களுக்கு முன்பு அவன் முன்னாள் காதலி அழைத்துச் சென்றிருப்பாள். அங்குதான் அவன் காதல் முறிந்தது என்றால் காட்சியில் கூடுதல் எமோஷன் சேர்ந்து விடுகிறது. இப்போது அவன் அந்த நிகழ்வைத் தவிர்க்கப் போராடுவான். அங்கிருந்து கிளம்ப முயற்சிசெய்வான். அவன் ரெஸ்ட்லஸ்சாக மாறுவதாக நாம் காட்சியை அமைப்போம். இங்கே அவனுக்குள் இருக்கும் அகப்போராட்டம் காட்சிகளிலேயே வெளிப்பட்டுவிடும். அதே சமயத்தில் பொருத்தமே இல்லாமல் எமோஷனை திணிப்பதையும் தவிர்க்க வேண்டும். இயல்பாக எமோஷன் வெளிப்படுவதை போல் கதை அமைப்பதே முக்கியமாகிறது.

ஜேம்ஸ் பாண்ட் போல் ஒரு உளவாளியை மையமாக வைத்து இண்டர்நேஷனல் ஆக்சன் கதை எழுதினாலும், இது போன்ற எமோஷனல் (காதல்) காட்சிகள் பலம் சேர்க்கும் அல்லவா! நம்மை அந்தப் பாத்திரத்தோடு நெருங்க வைக்கும் அல்லவா! அதனால்தான் எமோஷனல் (இன்டர்னல்) கான்ஃபிளிக்ட் முக்கியம் என்கிறேன்.

6. ஆர்கானிக் திரைக்கதை (Organic Screenplay)

எதையும் எழுதாமல் இருப்பதைவிட ஒரு மோசமான பர்ஸ்ட் டிராப்ட்டையாவது (First draft) எழுதிவிடுவது உத்தமம்.

-Will Shetterly

★★★

Internal conflict, External conflict என எல்லாவற்றையும் கதையின் 'தீம்' தான் இணைக்கப்போகிறது. கதையில் சம்மந்தமில்லாமல் எதுவும் நடக்கக்கூடாது, திரைக்கதையை ஒன்றோடு ஒன்று சம்மந்தமில்லாத நிகழ்வுகளின் தொகுப்பாக அமைப்பதை தவிர்த்தல் வேண்டும் என்கிறார் மார்டடல்.

அப்போது நான்கு வெவ்வேறு கதைகள் ஒரு புள்ளியில் இணைகிறது *(Hyperlinked)* என்பன போன்ற திரைக்கதைகள் அமைக்க வேண்டாம் என்கிறாரா மார்ட்டல்?

அவர் சொல்ல வருவது அதை அல்ல. *Hyperlinked* கதைகளும் ஏதாவது ஒரு தீமைத்தான் *(Theme)* பேசும் என்பதை நாம் புரிந்து கொள்ள வேண்டும். அந்த தீம் என்பது ஒரு உணர்வாக இருக்கலாம். ஒரு குறிக்கோளாக இருக்கலாம். ஒரு நகரமாக

இருக்கலாம். சம்மந்தமற்ற தீம்களைக் கொண்ட கதைகளை நம்மால் இணைக்க முடியாது. எனவேதான் அவர் நம் கதையின் ஒவ்வொரு அசைவுகளும் நம் கதையின் தீம் என்னவோ அதற்கேற்றார்போல் இருக்க வேண்டும் என்கிறார். அதாவது கதையின் காட்சிகள், கதாப்பாத்திரங்களின் அகம் மற்றும் புறப் பிரச்சனைகள், அவை பேசும் வசனங்கள் எல்லாமே *Theme* என்ற ஒற்றைக் குடைக்குள் வரவேண்டும். நம் கதையின் பிரதான நோக்கம் என்ன என்பதை நினைவில் வைத்து காட்சிகளை கட்டமைக்கவேண்டும்.

இதை எப்படி சாத்தியப்படுத்துவது?

'ஆர்கானிக் திரைக்கதை முறை' மூலமே இது சாத்தியம் என்கிறார் மார்ட்டல். அதாவது ஒரு ஆரம்பப்புள்ளியை வைத்துக் கொண்டு, அதிலிருந்து தன் போக்கில் கதையை வளரச் செய்வதே ஆர்கானிக் திரைக்கதை முறை. அந்த ஆரம்பப்புள்ளி ஒரு பாத்திரமாக இருக்கலாம். ஒரு நிகழ்வாக இருக்கலாம். அந்த ஆரம்பப்புள்ளிதான் நம் கதைக்கான விதை, அதிலிருந்து விருட்சமாக கதை வளரவேண்டும்.

உதாரணமாக ஒரு எமோஷனல் பிரச்சனை இருக்கக்கூடிய ஒரு ஹீரோ பாத்திரத்தை நாம் சிந்தித்துவிட்டோம். அதை ஒரு தொடக்கமாக வைத்துக்கொண்டு அவன் எத்தகைய வில்லனை சந்தித்தால் நம் கதை விறுவிறுப்பாகும் என்று யோசிக்கலாம்.

இன்னும் ஆறு மாதத்தில் இறக்கப்போகிறோம் என்பதை அறிந்த ஒரு சாதாரண கெமிஸ்ட்ரி டீச்சர்தான் நம்முடைய ஹீரோ. அதுவே அவனுக்குள் இருக்கும் எமோஷனல் பிரச்சனை. இறப்பதற்கு முன்பு தன் மனைவி பிள்ளைகளுக்கு நிறைய பணம் சேர்த்து வைத்துவிட வேண்டும் என்று எண்ணுகிறான். அதனால் போதை மருந்து செய்து விற்கலாம் என்று முடிவெடுக்கிறான். இதை மட்டும் நாம் நம் விதையாக வைத்துக்கொண்டோம். அவன் போதை மருந்து செய்து விற்கத் தொடங்குகிறான் என்று காட்சி அமைக்கிறோம். இப்போது வில்லன் யார்! அதே போதை மருந்து வியாபாரத்தில் இருக்கும் ஒருவன். ஹீரோவால் அவனுடைய வியாபாரம் பாதிக்கப்படுகிறது. அங்கிருந்து நமக்குக் கதை பெரிதாக விரிகிறது. கூடவே தான் செய்வது சரிதானா இல்லையா என்ற குழப்பம் நாயகனின் எமோஷனல் பிரச்சனையாக வளர்கிறது. *(Breaking Bad)*

ஒருவேளை இதன் திரைக்கதையாசிரியர்கள் இந்தக் கதையை வேறுமாதிரியும் சிந்தித்து இருக்கலாம். ஒரு சாதாரண கெமிஸ்ட்ரி டீச்சருக்கும் ஒரு பெரிய போதை மருந்து விற்கும் டானுக்கும் பிரச்சனை வருகிறது. அதற்கு காரணம் என்ன? ஹீரோவும் போதை பொருள் செய்கிறான். அதற்கு அவசியம் என்ன? அவன் இன்னும் ஆறுமாதத்தில் இறந்து விடுவான்.

இந்தக் கதை எந்தப் புள்ளியில் தொடங்கியது என்பது முக்கியமல்ல. ஸ்தூலமான ஒரு புள்ளியை நாம் கண்டுகொண்டுவிட்டால், அடுத்தடுத்து கதை நகர்வதை நம்மால் உணர முடிகிறது அல்லவா? நாம் காட்சிகளாக ஹீரோவின் வாழ்க்கையைக் காண்பித்திருப்போம். அதே போல் வில்லனின் வாழ்க்கையையும் காண்பித்திருப்போம். இதுவே வெப் சீரிஸ் என்று வரும்போது நாம் ஒரு எபிசொட் முழுக்க ஹீரோவை மட்டும் காண்பிக்கலாம். இன்னொரு எபிசொட் முழுக்க வில்லனை மட்டும் காண்பிக்கலாம். காட்சிகளின் நீளத்தைப் பற்றி இங்கே பேசவில்லை. அதை திரைக்கதையின் தேவை முடிவு செய்துகொள்ளும். ஆனால் நாம் அமைக்கும் காட்சிகள் எல்லாம் தொடர்பற்ற நிகழ்வுகளாக இல்லாமல், ஒரே கதையாக நேர்கோட்டில் இணைகிறது அல்லவா! இதுதான் 'ஆர்கானிக் திரைக்கதை' என்கிறார் மார்ட்டல். அதனால் கதையின் விதையை முதலில் கண்டு கொள்வதே முக்கியமாகிறது. மேற்கூறிய உதாரணங்களில் ஒரு பிரச்சனை அல்லது ஒரு கதாப்பாத்திரம் கதையின் விதையாக இருக்கிறது.

'வானம்' படத்தை போல மனிதநேயம் என்ற தீமை *(Theme)* வைத்து ஒரு *Hyperlinked* கதையை எழுதினால், அந்த 'தீம்' தான் நமக்கான விதையாக இருக்கும். முதலில் அந்த விதையை கண்டுகொள்வோம என்கிறார் மார்ட்டல். திரைக்கதை எழுதும் போது, குறிப்பாக ஆக்சன் கதை எழுதும் போது நாம் சில காட்சிகளை முன்கூட்டியே சிந்தித்து வைத்திருப்போம். அதையெல்லாம் நம் கதையில் திணிக்க முயற்சிப்போம். இதை தவிர்க்கவே மார்ட்டல் அப்படி சொல்கிறார்.

எது நம்முடைய பிளாட்டின் விதையாக (Plot seed) இருக்கலாம்?

நம்மை சுற்றி நடப்பதைக் கவனித்துக் கொண்டே இருக்க வேண்டும் என்கிறார் மார்ட்டல். எது பெருவாரியான மக்களின் கோபமாக, பயமாக, தேவையாக இருக்கிறதோ அது ஆக்சன் கதைக்கான நல்ல

விதையாக இருக்கும் என்கிறார். பொறுப்பற்ற அரசாங்கத் துறை, லஞ்சம் வாங்கும் அதிகாரிகள், ஏமாற்றும் அரசியல்வாதிகள்- போன்ற விஷயங்களை மையப்படுத்தி வந்த படங்கள் பெரும் வரவேற்பு பெற்றதை நாம் அறிவோம்.

இந்த சிறுவிதையை பெரும்வெற்றிப்படமாக மாற்றுவதற்கு மார்ட்டல் தன் அனுபவத்தில் இருந்து ஒரு உத்தியை சொல்கிறார்.

அது *'Magnification'*.

ஒரு சிறுவிஷயத்தைப் பெரிதாக்கிக் காட்டுதல். நம் சமூகத்தின் பொதுவான கோபத்தை, ஏக்கத்தை, எமோஷனை எதையும் நம்மால் பெரிதாக்கிக் காட்ட முடியும். அதுவும், குறிப்பாக பார்வையாளர்களின் மனதில் இருக்கும் பயத்தை, திரையில் பன்மடங்கு பெரிதாக்கிக் காட்டும்போது அந்தப் படம் நிச்சயம் பெரும்வெற்றி பெறும் என்கிறார் மார்ட்டல்.

இயக்குனர் ஷங்கர் படங்களில் இந்த *Magnification* உத்தி இருப்பதை கவனிக்க முடியும். அங்கே கூடுதலாக எமோஷனும் சேர்ந்துகொள்ளும்போது அந்தப் படங்கள் நம்மை அதிகம் பாதிக்கின்றன.

லஞ்சத்தினால் பாதிக்கப்பட்ட நாயகன் லஞ்சம் வாங்குபவர்களை தண்டிக்கிறான் என்பதுதான் ஒன்லைன் என்று சொல்லிவிடலாம். ஆனால் லஞ்சத்தினால் நாயகனுடைய பெண் சாகிறாள். அவள் பிணத்தைக் கொட்டும் மழையில் போட்டுக் கொண்டு அவன் அழுகிறான். லஞ்சத்தில் ஊறிய நிர்வாகம் அவனை அழ வைக்கிறது. உதாசீனப்படுத்துகிறது. நமக்குக் கோபம், இரக்கம் எல்லாம் சேர்ந்து வருகிறது அல்லவா? அந்தக் கதை மாந்தர்களை வெறும் கற்பனைகளாக உணராமல், அது நாம்தான் என்று உணர்கிறோம் அல்லவா? இந்த உணர்வு எந்த படத்தையும் வெற்றிப் பெற வைக்கும்.

நம்முடைய பயம் திரையில் வெளிப்படுவதற்கு இன்னொரு உதாரணமாக இரும்புத்திரையை சொல்லலாம். நம் மொபைல் போனில் இருக்கும் தனிப்பட்ட விஷயங்களும் திருடப்பட்டு விடுமோ என்று பயத்தை அந்தப் படம் ஒரு நொடி நமக்கு ஏற்ப்படுத்துகிறது அல்லவா?

ஒரு வகையில் 'இரும்புத்திரை' க்ரைம் த்ரில்லர் படம்தான்.

White collar Crime. ஆனால் அந்த க்ரைமின் நோக்கம் நம்மை பாதிப்பதாக இருக்கிறது. ஏனெனில் நாம் அன்றாட வாழ்வில் கடந்து வரும் பிரச்சனையை மையப்படுத்தி கதையைப் பின்னியிருக்கிறார்கள். நாம் கண்காணிக்கப்பட்டுக் கொண்டே இருக்கிறோம். நம் விபரங்கள் திருடப்படுகின்றன. அதற்கு காரணமும் நாமாகவே இருக்கிறோம். ஆனால் வில்லன் நம் எல்லோருடைய அந்தரங்கத்தையும் திருடப்பார்க்கிறான் என்றதும் படம் நம்மிடம் நெருங்கி வருகிறது. இதை விடுத்து, அர்ஜுன், விசாலிடமிருக்கும் ராணுவ ரகசியத்தை திருடுகிறார் என்று வைத்திருந்தால் படம் நமக்கு அந்நியமாகத்தான் இருந்திருக்கும்.

தசாவதாரத்தை எடுத்துக்கொள்வோம். ஹீரோ கமலுக்கும் வில்லன் கமலுக்கும் பிரச்சனை இருக்கிறது. ஏதோ பொருள் ஈட்டும் கண்டுபிடிப்புக்காக அடித்துக்கொள்கிறார்கள் என்று மட்டும் வைத்தால், பார்ப்பவர்களுக்கு பெரிய ஈடுபாடு வந்திருக்காது. ஆனால் அந்த பிரச்சனையில் வில்லன் ஜெயித்து விட்டால், அந்த வைரஸ் வெளியே வந்துவிட்டால் என்ன ஆகும்! நம் ஊரே அழிந்து போகும் என்று பயமுறுத்துகிறார்கள் அல்லவா? இதுவே *Magnification.*

அதனால், எல்லோரையும் தொடர்புபடுத்துவது போல் ஒரு பிரச்சனையைச் சுற்றிக் கதைப் பின்னுவது சிறந்ததொரு உத்தி. அதாவது ஏதோவொரு யுனிவர்சல் பிரச்சனையை கையில் எடுக்கலாம். அதே சமயத்தில் இங்கே நாம் இன்னொரு விஷயத்தையும் கவனிக்க வேண்டும். ஹீரோவின் பிரச்சனை பெரிதாக, யுனிவர்சலான ஒன்றாக இருக்கும் அதே வேலையில் அதை ஒருகட்டத்தில் பெர்சனலாகவும் *(Personal Conflict)* மாற்றும்போது படம் மேலும் நெருங்கிவருகிறது. இரும்புத்திரையில், பிறருக்கு வில்லன் தரும் பிரச்சனை நாயகனின் பெர்சனல் பிரச்சனையாகவும் உருவெடுக்கிறது. நாயகனின் தங்கையின் போன் காலையும் வில்லன் ஒட்டுக்கேட்கிறான் எனும்போது, ஹீரோவாக மட்டுமல்லாமல், ஒரு சரசாரி மனிதனாகவும், ஒரு அண்ணனாகவும், வில்லனை அழிக்க வேண்டிய கட்டாயம் ஹீரோவிற்கு உருவாகிறது.

வேறொரு உதாரணம். ஷெர்லாக் ஹோம்ஸ் துப்பறிகிறார். வழக்குகளைத் தீர்த்துவைக்கிறார் என்று மட்டும் காண்பித்தால்

நாம் வெறும் பார்வையாளர்களாக மட்டுமே படத்தோடு தொடர்புபடுவோம். அதே நேரத்தில், ஒரு கட்டத்தில் வில்லன் ஷெர்லாக் ஹோம்ஸின் நண்பனான டாக்டர் வாட்சனுக்கு குறி வைக்கிறான் எனும் போது நம் எமோஷனும் கதையோடு தொடர்பாடுகிறது.

ஹீரோ வில்லன் பிரச்சனையை மட்டுமல்ல, கிளைக் கதையிலும் நம்மை பாதிக்கும் பிரச்சனையை வைக்கலாம். இதற்கு நல்ல உதாரணம் ராட்சஷன். படத்தில் ராட்ஷசன் அளவிற்கு நம்மை நெருட வைக்கும் பாத்திரம், பள்ளிக்கூட வாத்தியார் பாத்திரம். நம் வீட்டுப் பிள்ளைகளுக்கும் அத்தகைய பிரச்சனைகள் வரலாம் என்பதை அவன் நமக்கு நினைவுபடுத்துகிறான். அதனாலேயே அவன் மீது நமக்கு கோபம் வருகிறது. மேலும் படத்தின் ஓட்டத்தில், நாயகனின் வீட்டுப் பெண்ணிற்கும் ராட்சஷன் மற்றும் வாத்தியார் ஆகிய இருவராலும் பிரச்சனை வருகிறது என்பதையும் இங்கே நினைவுபடுத்த விரும்புகிறேன் *(Personal conflict)*.

எந்தத் திரைக்கதையும் ஒரு தனிமனிதனுக்கு இருக்கும் பிரச்சனையை பற்றியதுதான். இயன்றவரை கதையில் இயல்பாக எமோஷன் இருப்பது போல் பார்த்துக்கொள்ளுங்கள், ஆக்சன் கதையை எழுதிவிட்டு எமொஷனை திணிக்காதீர்கள் என்பதை வலியுறுத்தி சொல்கிறார் மார்ட்டால்.

“எவ்வளவு பிரம்மாண்டமாக படம் எடுத்தாலும், பல கார் சேஸ் காட்சிகள் வைத்தாலும், பார்வையாளர்களோடு தொடர்பாடக்கூடிய எமோஷன் இல்லையென்றால், அந்த படம் மக்களை கவராது.”

7. கேரக்டர் ஆர்க்
(Character arc)

என்னுடைய வாழ்கை முறை எழுத்திற்காக பிரத்யேகமாக வடிவைக்கப்பட்ட ஒன்று. அதில் ஏதேனும் மாற்றம் நிகழுமாயின் அது எழுதுவதற்கான அவகாசத்தை அதிகப்படுத்தி தருவதற்காகவே இருக்கும். நேரம் குறைவாக இருக்கிறது. உடல்நலம் ஒத்துழைக்க மறுக்கிறது. அலுவலகம் பயமுறுத்துகிறது. இல்லமோ அமைதியற்று கிடக்கிறது. சீரான அமைதியான வாழ்க்கை சாத்தியமில்லாத பட்சத்தில், சரியான திட்டமிடுதலின் மூலம் நமக்கான அவகாசத்தை ஏற்படுத்திக் கொள்ள முயலவேண்டும். அதில் கிடைக்கும் திருப்தியை எதனோடும் ஒப்பிட முடியாது.

-Franz Kafka

★★★

கான்ஃபிளிக்ட் பற்றிப் பேசும் போது, படத்தின் இறுதியில் கதாநாயகன் தன் பிரச்சனைகளுக்கு தீர்வு காண்கிறான் என்று சொன்னோம். அப்போது நாம் ஒரு விஷயத்தை கவனித்திருப்போம். கதாநாயகன் கதையின் ஆரம்பத்தில் இருந்ததைப் போல் முடிவில் இல்லை. அவனிடம் ஒரு மாற்றம் நிகழ்கிறது. குற்ற உணர்ச்சி மறையலாம். அவன் நம்பிக்கைகள் மாறலாம். இதைதான் நாம் 'கேரக்டர் ஆர்க்' (Character arc) என்கிறோம். கேரக்டர் ஆர்க் என்பது ஒருவகையான எமோஷனல் கான்ஃபிளிக்ட் என்பதை

மட்டும் சொல்லிவிட்டு மார்ட்டல் கடந்து சென்று விடுகிறார். ஆனால் இந்த ஆர்க் பற்றி நன்றாகப் புரிந்து வைத்துக் கொள்வது நமக்கு ஹீரோ மட்டுமின்றி மற்றப் பாத்திரங்களையும் உருவாக்க பெரிதும் உதவும்.

ஒரு கதாப்பாத்திரம், கதையின் ஆரம்பத்திலிருந்து இறுதி வரையிலான, தன் பயணத்தில், ஏதோ ஒருவகையில் மாற்றம் அடைகிறது. அப்போது அதன் ஆர்க் முழுமை அடைகிறது என்று சொல்லலாம். (சில நேரங்களில் எந்த மாற்றமும் அடையாமல் அப்படியே இருக்கலாம்)

பிரதானமாக கேரக்டர் ஆர்க்கை மூன்று வகையாக பிரிக்கலாம். பாசிட்டிவ் ஆர்க் (Positive arc), நெகட்டிவ் ஆர்க் (Negative arc), மற்றும் பிளாட் ஆர்க். (Flat arc).

ஒரு கதாப்பாத்திரம் கதையின் ஆரம்பத்திலிருந்த நிலையிருந்து கதையின் இறுதியில் பாசிட்டிவாக மாறினால் அல்லது திருந்திய நிலைக்கு மாறினால் அது பாசிட்டிவ் ஆர்க். அதுவே நெகட்டிவாக மாறினால் அது நெகட்டிவ் ஆர்க். எந்த மாற்றமும் இல்லாமல் ஆரம்பத்திலிருந்து இறுதி வரை ஒரேமாதிரி இருக்குமாயின் அது பிளாட் ஆர்க்.

ஹீரோ என்று பேசாமல், பொதுவாகக் கதாப்பாத்திரங்களைப் பற்றிப் பேசுவது இந்த ஆர்க் கான்சப்ட்டை எளிமையாகப் புரிந்து கொள்ள உதவியாக இருக்கும் என்று நினைக்கிறேன்.

நண்பன் படத்தில் வரும் சத்தியராஜ் பாத்திரம், வசூல்ராஜா படத்தில் வரும் பிரகாஷ்ராஜ் பாத்திரம் எல்லாம் பாசிட்டிவ் ஆர்க் வகையை சார்ந்தவர்கள். அவர்கள் படத்தின் ஆரம்பத்தில் மூர்க்கத்தனமாக இருக்கிறார்கள். இறுதியில் மனம்மாறுகிறார்கள். வழக்கமாக தமிழ் படங்களில் வில்லன் இறுதியில் (திடீரென்று) திருந்துவான் என்ற அளவில் இதை அர்த்தம் கொள்ள வேண்டாம். கேரக்டர் ஆர்க் எனும்போது கதாப்பாத்திரத்திற்குள் ஏற்படும் மாற்றம், படிப்படியாக இருத்தல் வேண்டும். அவன் மாறுகிறான் என்பதற்கு நியாயமான காரணங்களைக் காட்சிகளில் சொல்ல வேண்டும்.

கதாப்பாத்திரத்தின் மனம் மாறுகிறது என்கிறோம். என்னவெல்லாம் மாறலாம்?

அவர்களின் நம்பிக்கைகள் மாறலாம். அவர்களின் அச்சங்கள் மறையலாம். அவர்களின் கோபங்கள் குறையலாம். அவர்கள் ஏதோ ஒரு பொய்யை விடாப்பிடியாக நம்பிக்கொண்டு இருக்கிறார்கள். ஏதோ ஒரு கொள்கையை இறுகப் பற்றிக்கொண்டு இருக்கிறார்கள். இறுதியில்தான் தங்களுடைய நம்பிக்கை பொய்யானவை என்று உணர்கிறார்கள்.

படித்து மதிப்பெண் வாங்கும் அறிவே சிறந்தது என்று பேராசிரியர் நம்பிக்கொண்டிருக்கிறார். ஆனால் காமன் சென்ஸ்தான் சிறந்தது, ஏட்டுக்கல்வி அல்ல என்று அவருடைய மாணவன் அவருக்கு படத்தின் இறுதியில் புரிய வைக்கிறான். அதற்கேற்றார் போல் நாம் காட்சிகளை அமைக்க வேண்டும். இங்கே இறுதியில் பேராசிரியரின் நம்பிக்கை மாறுகிறது. ஒரு வகையில் அவர் பொய்யை நம்பிக் கொண்டிருக்கிறார். அது இறுதியில் உடைகிறது.

இல்லை தன்னுடைய வாழ்க்கை மட்டுமே தனக்கு முக்கியம், காரணகாரியமின்றி பிறர் மீது அன்பு செலுத்த வேண்டிய அவசியமில்லை என்று நினைக்கும் இளைஞனொருவன் இருக்கிறான். ஒரு பயணத்தில் அவன் எதிர்ப்பாராமல் சந்திக்கும் இன்னொரு மனிதன், பிறருக்காக வாழ்வதே வாழ்க்கை, எதையும் எதிர்ப்பாராமல் பிறர் மீது செலுத்தும் அன்பே சிவம் என்று அவனுக்கு புரியவைக்கிறான். இங்கேயும் இளைஞனின் நம்பிக்கைகள் உடைகின்றன. ஆனால் இது அனைத்தும் நல்லதுக்கான மாற்றம். எனவேதான் இதை பாசிட்டிவ் ஆர்க் என்கிறோம்.

இதை எளிமையாக சாத்தியப்படுத்துவது எப்படி?

இதற்குத் திரைக்கதையாசிரியர் லிண்டா ஆரோன்சன் ஒரு உத்தியை சொல்கிறார்.

ஒரு கதாபாத்திரம் தன் பயணத்தின் இறுதியில் எந்த எமோஷனல் நிலையை அடையப்போகிறது என்பதை முதலில் கண்டுகொள்ள சொல்கிறார். அதாவது படத்தின் இறுதியில் அந்த கதாபாத்திரத்திடம் நிகழப் போகும் மாற்றம் என்ன என்பதை முதலில் முடிவு செய்ய வேண்டும். பின்னர் கதையின் ஆரம்பத்தில் அந்தப் பாத்திரம் எப்படி இருந்திருந்தால் அந்த இறுதி நிலை சுவாரஸ்யமாக இருக்கும் என்பதை முடிவு செய்திடலாம். பின், ஆரம்பப்புள்ளியிலிருந்து இறுதிப் புள்ளி வரையிலான பயணம்

எப்படி இருக்கப்போகிறது, எந்த நிகழ்வுகள் அவனிடம் மாற்றத்தை ஏற்படுத்தப் போகின்றன என்பதை முடிவு செய்து கொள்ளலாம். எவ்வளவு பெரிதாக அந்த ஆர்க் இருக்கிறதோ அவ்வளவு சுவாரஸ்யமாக படம் இருக்கும் என்கிறார் ஆரோன்சன்.

கேரக்டர் ஆர்க்கில் என்ன பெரிய ஆர்க், சிறிய ஆர்க் என்று பிரிவுகள் என்ற கேள்வி எழலாம். படத்தின் தொடக்கத்திலிருந்து மோசமானவனாக வலம்வந்த நம் கதாபாத்திரம் க்ளைமாக்சில் திடீரென மனம் திருந்திவிட்டான் என்று வைத்தால் நெருடலாக இருக்கிறது அல்லவா? அல்லது சுயநலம் நிறைந்த ஒரு பாத்திரத்தை ஒரே காட்சியில் நம் நாயகன் வசனம் பேசியே திருத்திவிடுகிறான் என்றாலும் நெருடும் அல்லவா? இதெல்லாம் சிறிய ஆர்க்கின் விளைவுகள். இதைத் தவிர்க்கவே ஆர்க் நீண்டதாக இருக்க வேண்டும் என்கிறோம்.

உதாரணமாக ஒரு கதை. ஹீரோ பாத்திரத்தைத் தனக்குப் பிடிக்கவே பிடிக்காது என்று ஒரு வயதான பாத்திரம் சொல்லிக் கொண்டிருக்கிறது. அதற்கு ஏதாவது வலுவான காரணம் இருக்கலாம். காதலிப்பது தவறு என்ற நம்பிக்கையில் ஊறியிருக்கிறது அந்த வயதான பாத்திரம். ஆனால் ஹீரோ அவனுடைய மகளையே காதலிக்கிறான். வயதானவன் ஹீரோவை வெறுக்க ஆரம்பிக்கிறான். ஆனால் படத்தின் இறுதியில், சுபம் போடவேண்டும் என்று நாம் விரும்புகிறோம். வயதானவன் கடைசிக் காட்சியில் திருந்திட முடியாதே! அப்போது நாம் ஹீரோவின் மீது அந்த வயதானவனுக்கு நல்ல மதிப்பு வருவது போல் ஆங்காங்கு காட்சிகளை அமைப்போம். முதலில் ஹீரோவை அவனுக்குக் கொஞ்சம் பிடிக்கிறது. இறுதியாக ஹீரோவை அவன் ஏற்றுக் கொள்ளும் நிலைக்கு கதை வளர்கிறது. இந்த நிதானமான நம்பகத்தன்மை கொண்ட மாற்றமே உறுத்தலில்லாமல் கதையோடு பொருந்தி வரும்.

சரி, நாம் மேற்சொன்ன உத்தியிலேயே வேறொரு ஆர்க்கை எழுதலாம். ஆரம்பத்தில் அன்பு கொண்டவளாக இருக்கும் கதாப்பாத்திரம், இறுதியில் எல்லோரையும் வெறுப்பவளாக மாறுகிறாள். இதை 'நெகட்டிவ் ஆர்க்' என்கிறோம். அதாவது நல்லதிலிருந்து நலலதல்லாததை நோக்கி நகர்தல். கில் பில் *(Kill Bill)* பட நாயகியை இதற்கு உதாரணமாகச் சொல்லலாம். அவளின் லட்சியமே தன் காதலனைக் கொல்வது. அவன் அவளுடைய

கருவிலிருந்த குழந்தையைக் கொன்றுவிடுகிறான். அவளையும் சுடுகிறான். ஆனால் அவள் பிழைத்துக் கொள்கிறாள். பின் அவனை அவள் எப்படிக் கொல்கிறாள் என்பதே இரண்டு பாகங்களாக விரியும் கதை. இந்தப் பயணத்தில் அவள் தன் பழிவாங்க எந்த நிலைக்கும் செல்லத் தயாராக இருக்கிறாள். இங்கே அவளுடைய பாத்திரம் நெகட்டிவ் ஆர்க்கில் பயணிக்கிறது. ஆனால் இந்த ஆர்க் ஒரு கதாப்பாத்திரத்திடம் மட்டும் இருக்க வேண்டும் என்று அவசியமில்லை. ஒரு குழு அல்லது ஒரு ஊர் நெகட்டிவ் ஆர்க்கில் பயணிக்கிறது என்று கூட வைக்கலாம்.

உதாரணமாக, ஒரு கிராமத்தில் ஒருவன் இருக்கிறான். அவன் தீமைகளின் இருப்பிடமாக இருக்கிறான். ஆனால் அந்த ஊர் மக்கள் நல்லவர்களாக இருக்கிறார்கள். நல்லவர்களாக மட்டுமே இருக்கிறார்கள். அவனைத் திருத்த முயற்சி செய்யவில்லை. திருந்தும் வாய்ப்பையும் அளிக்கவில்லை. அவர்கள் முயற்சி செய்திருந்தால் அவன் மாறியிருப்பான். ஊர் கொஞ்சம்கொஞ்சமாக அவனுக்கு எதிராக மாறுகிறது. இறுதியில் அவனை அந்த ஊர் மக்கள் மனிதாபிமானமற்ற முறையில் தண்டிக்கிறார்கள். இங்கே அந்த ஊர் நெகடிவ் ஆர்க்கில் பயணிக்கிறது என்று சொல்லலாம்.

ஆனால், நாம் உணர்வுப்பூர்வமான சமூகமாக இருப்பதால், ஹீரோ நெகடிவ் ஆர்க்கில் பயணிப்பதை பெரும்பாலும் ஏற்றுக்கொள்ள மாட்டோம். நமக்கு ஹீரோ கெட்டவனாக இருக்கலாம் *(Anti Hero)*. ஆனால் படத்தின் இறுதியில் அவன் மனம் மாறியிருக்க வேண்டும். அல்லது நம் வில்லன் ஹீரோவைவிட மோசமானவனாக இருக்கவேண்டும். அப்போதுதான் இறுதியில் வில்லனைவிட ஹீரோ நல்லவனாக தெரிவான். இதுவே நம் எதிர்ப்பார்ப்பாக இருக்கும். அதனால் ஹீரோ அல்லாத மற்ற பாத்திரங்களுக்கு இந்த நெகடிவ் ஆர்க்கை வைத்து எழுதலாம்.

கேரக்டர் ஆர்க்கிற்கு சிறந்த உதாரணமாக 'அஞ்சாதே' படத்தைச் சொல்லலாம். அதில், ஹீரோ பாசிட்டிவ் ஆர்க்கில் பயணிப்பான். ஹீரோவின் நண்பன் நெகடிவ் ஆர்க்கில் பயணிப்பான். எளிமையாக சொல்லவேண்டுமெனில், ஹீரோ கெட்ட உலகிலிருந்து நல்ல உலகினுள் நுழைகிறான். ஹீரோவின் நண்பன், நல்லதின் பிடியிலிருந்து விலகி கெட்டதின் பிடியில் சிக்கிக் கொள்கிறான். படத்தில் இந்த மாற்றம் நம்பகத்தன்மையோடு நிகழ்கிறது என்பதையே நாம் கவனிக்க வேண்டும். ஜெயகாந்தனின்

'நான் இருக்கிறேன' சிறுகதையில் வரும் இரண்டு பிரதான கதாப்பாத்திரங்களிடமும் இந்த பாசிடிவ் மற்றும் நெகட்டிவ் ஆர்க் பொருந்தி வருவதை கவனிக்கலாம். ஒரு குஸ்டரோகி இருக்கிறான். அவன் தற்கொலையை வெறுக்கிறான். ஒரு ஊனமுற்ற இளைஞன் இருக்கிறான். அவன் தற்கொலை செய்து கொள்ள முயற்சிக்க அதை குஷ்டரோகி தடுக்கிறான். இருவருக்குள்ளும் நிகழும் உரையாடல் ஒரே இரவில் இருவரின் கேரக்டர் ஆர்க்கையும் மாற்றுகிறது.

அடுத்து 'பிளாட் ஆர்க' *(Flat arc)* என்றொரு வகை உண்டு. அதாவது ஆரம்பத்திலிருந்து இறுதி வரை நம் கதாப்பாத்திரம் ஒரே மாதிரி இருப்பது. அவர்களிடம் பெரிய மாற்றம் எதுவும் இருக்காது. சூப்பர்ஹீரோ பாத்திரங்கள் இந்த வகையில் வருவார்கள். பெரும்பாலும் நம் மாஸ் ஹீரோ படங்களிலும் நாயகர்கள் இந்த ஆர்க்கில்தான் பயணிக்கிறார்கள். நாயகன் ஒரு போலீசாகவோ அல்லது பலம் கொண்ட சாமான்யனாகவோ இருக்கிறான். அவன் வழியில் குறுக்கிடும் பிரச்சனைகளுக்கு முற்றுப்புள்ளி வைக்கிறான். கதையின் ஆரம்பத்தில் எப்படி இருந்தானோ அதேபோல் தான் இறுதியிலும் இருக்கிறான். ஒரு மாற்றமும் இல்லை.

எல்லா நேரங்களிலும் ஆர்க்கில் மாற்றம் இருக்க வேண்டும் என்று அவசியமில்லை தான். சில கதாப்பாத்திரங்கள் எந்த மாற்றத்தையும் கோராமல் இருக்கும். ஆனால் ஆர்க்கில் மாற்றம் இருக்கும் போது, அதாவது கதாப்பாத்திரத்திடம் ஒரு எமொஷனல் மாற்றம் நிகழும்போது கதையின் நம்பகத்தன்மை கூடுகிறது.

நம்முடையது ஆக்சன் கதைதான். வில்லனை ஹீரோ ஜெயித்து விடுவான் என்பது நாம் அறிந்தது தான். அப்படியே திரைக்கதை அமைக்காமல் ஹீரோவிற்கு அவன் ஆர்க்கைத் தீர்மானிக்கும் எமோஷனல் பிரச்சனையையும் வைக்கும்போது படம் பார்வையாளர்களோடு நெருங்கி உரையாடுகிறது. ஹீரோவிற்கு அவன் தந்தையை ஏனோ பிடிக்கவில்லை. ஹீரோவை பொறுத்த வரை அவன் தந்தை ஒரு ஊதாரி. ஊரெல்லாம் கடன் வாங்கிவிட்டு வீட்டுக்குள் பதுங்கிக்கொள்பவன். ஆனால் ஹீரோ தன்னுடைய பயணத்தில், தன் தந்தை செய்ததெல்லாம் தன் குடும்பத்திற்காக என்று கண்டுகொள்கிறான். இங்கே வில்லனை ஜெயிப்பது மட்டும் கதையாக இல்லாமல், தந்தை மகன் உறவையும்

கதை பேசுகிறது. மேலும் கூடுதலாக ஹீரோ பாத்திரத்திற்கு ஒரு எமோஷனல் வடிவம் கிடைக்கிறது. ஒரு கதாப்பாத்திரமாக ஹீரோவிடம, கதையின் இறுதியில் ஒரு மாற்றம் நிகழ்கிறது. அத்தகைய ஹீரோக்களைத்தானே நமக்கு அதிகம் பிடிக்கிறது!

யார் மீதும் இரக்கமற்ற கேங்க்ஸ்டர் ஹீரோ, கதையின் இறுதியில் தன் குழந்தையைத் தன்னோடு வைத்துக் கொள்ளமுடியாமல், வேறுவழியின்றி குப்பைத்தொட்டியில் தூக்கி எறியும்போது அழுகிறான். இந்த எமோஷன்தான், அவனுள் நிகழும் சிறு மாற்றம்தான் அவனை நமக்கு பிடிக்க வைக்கிறது. முந்தைய அத்தியாயத்தில் சொன்னதைப் போல, பெரிய சூப்பர்ஸ்டாரை வைத்து பாட்ஷா பாத்திரத்தையே உருவாக்கினாலும் எமோஷன் வேண்டும். எவ்வளவு டார்க்கான படமாக, முழுநீள ஆக்சன் படமாக இருந்தாலும் எமோஷனல் கான்ஃபிளிக்ட் வேண்டும். அதை வெளிக்கொணரும் வகையில் ஆர்க் வேண்டும். இதை நினைவில் வைத்தே திரைக்கதை எழுதுவோம்.

அதே சமயத்தில் கேரக்டர் ஆர்க்கில் ஹீரோ எல்லாநேரங்களிலும் தன் ஆரம்ப நிலையிலிருந்து வேறு நிலைக்கு மாறிவிடவேண்டும் என்று அவசியமில்லை. கதையின் தொடக்கத்தில் ஹீரோ தன் நிலையிலிருந்து வேறு நிலைக்கு மாறி, பின் இறுதியில் மீண்டும் தன் பழைய நிலைக்கு மாறுகிறான் என்றும் கேரக்ட்டர் ஆர்க்கை அமைக்கலாம், ஒரு நல்லவன் இருக்கிறான். அவன் உலகத்தை நாம் முதலில் காண்பிக்கிறோம். அவன் வாழ்வில் நிகழும் ஒரு திருப்பம் அவனை மோசமானவனாக மாற்றுகிறது. கதையின் போக்கில் அவன் தீய வேலைகளைச் செய்கிறான். இறுதியின் வாழ்க்கை அவனைப் பழைய ஆளாகவே மாற்றுகிறது. தன் தவறுகளை வருந்தி மீண்டும் நல்லவனாகிறான். இது பாசிட்டிவ் மற்றும் நெகடிவ் ஆர்க் இரண்டின் கலவைதான் என்றாலும், இறுதியில் அவன் நன்மை நோக்கித் திரும்புவதால் இதை பாசிட்டிவ் ஆர்க் என்றே கொள்ளலாம்.

மேலும், கேரட்க்டர் ஆர்க் ஹீரோவிடம் மட்டும் இல்லாமல் எல்லா (முக்கிய) பாத்திரங்களிடமும் இருப்பதைப் போல் திரைக்கதை அமைத்தால், அது படத்திற்கு அதிக சுவாரஸ்யத்தைக் கொடுக்கும்.

8. ஆக்சன் காட்சிகள்
(Action Scenes)

திரைக்கதையின் முதல் ட்ராப்ட்டை மனதிலிருந்து எழுதுங்கள். பின் சிந்தித்து அதை மாற்றி எழுதலாம்.

-Viki King

★★★

நாம் ஆக்சன் படங்கள் பற்றி பேசுகிறோம்! ஆக்சன் படம் என்றால் எல்லாவற்றிக்கும் மேல் முக்கியமாக பார்வையாளர்கள் பார்க்க விரும்புவது ஆக்சன் காட்சிகளைத்தானே! அதை எப்படி உருவாக்குவது?

யோசித்துக் கொண்டே இருங்கள். இதுவே மார்ட்டல் சொல்லும் பதில். ஹெலிகாப்டரில் சண்டை, கப்பலில் சண்டை என எவ்வளவு அபத்தமாக தோன்றினாலும் எல்லா ஆக்சன் ஐடியாக்களையும் குறித்து வைத்துக் கொண்டே இருக்கவேண்டுமாம். அதாவது பார்வையாளர்களாக நாம் பார்க்க விரும்பும் காட்சிகளாக அவை இருக்கலாம். குறிப்பாக Mission Impossible, James bond போன்ற படங்களைத் தேடிப்போகும்போது மிக பிரம்மாண்டமான ஒரு ஆக்சன் காட்சியாவது இருக்க வேண்டும் என்று நாம்

எதிர்பார்ப்போம். உயர்ந்த கட்டடத்திலிருந்து குதிப்பது, கார் சேஸ் என்பன போன்ற காட்சிகள். வரிசையாக ஐடியாக்களை நாம் சிந்தித்துவைத்திருக்கும் பட்சத்தில், இறுதியாக அதில் மிக சிறப்பான ஒரு ஐடியாவை நம்மால் தேர்ந்தெடுக்கமுடியும். இப்படி நிறைய (பிரம்மாண்டமான) ஐடியாக்களை எழுதி வைத்துக்கொண்டு, பின் நம் கதைக்கு, கதாப்பாத்திரத்திற்கு எது பொருந்துகிறதோ அதைக் கதையில் சேர்த்துக்கொள்ளுங்கள் என்கிறார் மார்ட்டல்.

ஆனால் ஆக்சன் காட்சி எப்போதுமே பிரம்மாண்டமாக இருக்க வேண்டிய அவசியமில்லை என்பேன். யதார்த்தமாகவும் இருக்கலாம். 'ஓல்ட் பாய்' போன்ற படங்களில் ஆக்சன் காட்சிகள் மிக ரியாலிஸ்டிக்காக இருக்கும். தமிழிலும் அத்தகைய ரியாலிஸ்டிக் சண்டைக் காட்சிகள் நிறைய வருகின்றன. தமிழில் சிறப்பான ஆக்சன் காட்சிகள் என்றதும் நினைவிற்கு வரும் காட்சிகளை யோசித்துப் பாருங்கள். ரன், இரும்புத்திரை போன்ற படங்களில் வரும் சப்வே சண்டைக் காட்சிகள். யுத்தம் செய் படத்தில் வரும் ஓவர்பிரிட்ஜ் சண்டைக் காட்சி. பிதாமகனில் பரோட்டா கடைமுன்பு வரும் சண்டைக் காட்சி போன்ற காட்சிகளை உதாரணமாகச் சொல்லலாம்.

நம் கதையும் கதாப்பாத்திரமுமே இவற்றைத் தீர்மானிக்கிறது என்பதை நாம் அறிந்திருக்கிறோம். பின், ஏன் தனியாக நிறைய ஐடியாக்களை எழுதி வைத்து கொள்ளும்படி மார்ட்டல் சொல்கிறார்.

பொதுவாக நம்மூரில் திரைக்கதை எழுதும் போது, 'ஆக்சன் ப்ளாக்' என்று மட்டும் எழுதிவிட்டு, அதை வடிவமைக்கும் வேலையை ஸ்டன்ட் மாஸ்டர் செய்திடுவார் என்று விட்டுவிடுவார்கள். ஆனால் ஆக்சன் படம் எழுத நினைப்போர், முடிந்தவரை நம் பாத்திரத்திற்கு ஏற்ற வித்தியாசமான. சுவாரஸ்யமான சண்டைக் காட்சி ஒன்றை எழுதிவைத்துவிடுவது திரைக்கதைக்கு நிச்சயம் பலம் சேர்க்கும். அதை சாத்தியப்படுத்துவது ஸ்டன்ட் மாஸ்டர் வேலைதான் என்றாலும் அதற்கான விதையை திரைக்கதையாசிரியர்தான் போட வேண்டும்.

உதாரணமாக, ஹீரோவை வில்லனின் ஆட்கள் பின்தொடர்ந்து கொண்டே இருக்கிறார்கள். அந்த நேரத்தில், பேருந்து நிலையத்தில்

அவர்களுக்குள் சண்டை வருகிறது என்றுகூட காட்சி அமைக்கலாம். அதையே வில்லனின் ஆட்களை சப்வேக்குள் வைத்து பூட்டி பின்பு ஹீரோ அடிக்கிறான் எனும் போது காட்சியின் வீரியம் கூடுகிறது. அதுவரை நாம் பார்த்திராத புதியதொரு சண்டைக் காட்சியாக அது இருக்கிறது. திரைக்கதையாசிரியர் இதை சிந்தித்திருந்தால் மட்டும்தான் இந்தக் காட்சி சாத்தியம் ஆகும். எனவேதான் மார்ட்டல் சொல்வது போல், அவ்வப்போது தோன்றும் சண்டைக்காட்சிகளுக்கான ஐடியாக்களை நாம் குறித்து வைத்துக்கொண்டே வருவது அவசியமாகிறது.

ஆக்சன் படங்களில் வெறும் காட்சி அனுபவத்திற்காக மட்டும் ஆக்சன் காட்சிகளை வைக்க வேண்டிய அவசியமில்லை. ஆக்சன் காட்சிகளை வைத்து ஒரு கதாப்பாத்திரத்தின் குணாதிசயங்களை, அவனிடமிருக்கும் திறமைகளை சொல்லிட முடியும் என்கிறார் மார்ட்டல். இந்தக் கூற்று உண்மைதான்.

லீ சைல்ட் நாவல்களின் நாயகன் 'ஜாக் ரீச்சர்' பாத்திரத்தை இதற்கொரு சிறந்த உதாரணமாக சொல்வேன். ஜாக் ரீச்சர் எதிரிகளை அடிப்பதற்கு முன்பு, எத்தனை பேர் எதிரே இருக்கிறார்கள், யாரை எப்படி அடிக்க வேண்டும் என ஒரு நொடியில் கணக்கு போட்டுவிடுவான். எங்கே அடித்தால், ஒருவன் நிலைகுலைவான் என்றெல்லாம் பார்வையிலேயே திட்டம் போடுவான். இங்கே அவன் வாழ்வில் எல்லாவற்றையும் துல்லியமாகத் திட்டமிடக் கூடியவன் என்பதை நாம் புரிந்துகொள்கிறோம். நாவலில் பல பகுதிகளில் அவனின் இந்தத் திறமைதான் கதையை சுவாரஸ்யமாக்கி இருக்கும்.

The Equalizer படத்தில் வரும் நாயகனும் இப்படித் துல்லியமாக திட்டமிடக் கூடியவன் என்பதை நாம் முன்னரே பேசினோம் அல்லவா! அவனும் சண்டை என்று வந்தால் எல்லோரையும் அடித்துச் சாய்க்க எவ்வளவு நேரம் ஆகும் என்று திட்டமிட்டு சண்டையிடுவான். வாழ்க்கையையும் அதே திட்டமிடலோடுதான் வாழ்வான் என்பது குறிப்பிடத்தக்கது. அவனுடைய குணாதிசியம்தான் சண்டையில் வெளிப்படுகிறது. அல்லது சண்டைக் காட்சிகளிலிருந்து அவன் எப்படிப்பட்டவன் என்பதைப் புரிந்துகொள்ள முடிகிறது. டேக்கன் படத்திலும் இத்தகைய காட்சிகளைப் பார்க்கலாம்.

மேலும், இயன்றவரை ஆக்சன் காட்சிகளிலும் எமோஷனை கொண்டு வரச் சொல்கிறார் மார்ட்டல். அதாவது வெறும் ஆக்சன் வைக்க வேண்டுமென்பதற்காகவே பிரம்மாண்டமான சண்டைகளை வைத்தால் அது பார்வையாளர்களின் மனதில் தங்காது. அதுவே நாயகன் எதிரியை வீழ்த்தவில்லை எனில் அவனுடைய மகளை கொன்றுவிடுவார்கள் எனும்போது அந்த சண்டைக் காட்சியும் நம்மை அதிகம் பாதிக்கிறது அல்லவா?

ஏன் விஸ்வாசம் படத்தில் வரும் பாத்ரூம் சண்டைக் காட்சி நமக்கு பிடிக்கிறது, NGK-வில் வரும் பாத்ரூம் சண்டைக் காட்சி நமக்கு அந்நியமாக தெரிகிறது? இதற்கு 'எமோஷன்' என்பதுதான் பதில் என்று புரிந்து கொள்ள முடிகிறது அல்லவா!

சரி, ஹீரோ எல்லா நேரத்திலும் (சண்டைக் காட்சிகளிலும்) யாரையோ காப்பாற்ற வேண்டுமென்று அவசியமில்லையே. தன்னைக் காப்பாற்றிக் கொள்ளவும் ஹீரோ சண்டையிட்டுத்தானே ஆக வேண்டுமென்ற கேள்வி எழலாம். அத்தகைய சூழலில் ஹீரோவிற்கு அதிக இடைஞ்சல்களை வையுங்கள் அல்லது எதிரியை அதிக பலசாலியாக வையுங்கள் என்கிறார் மார்ட்டல். (ஆக்சன் காட்சிகள் என்றில்லை, பொதுவாகவே திரைக்கதையில் ஹீரோவைவிட நம் வில்லன் வலிமையானவனாக இருக்க வேண்டும் என்பதை நாம் முதல் அத்தியாயத்திலேயே பேசியதை இங்கே நினைவுபடுத்த விரும்புகிறேன்)

குறிப்பாக சண்டைக்காட்சிகளில், கரணம் தப்பினால் மரணம் என்பது போல் ஹீரோவின் நிலை இருக்கும் போது, அந்தச் சூழலிலிருந்து அவன் தப்பித்துக் கொள்ள வேண்டிய கட்டாயம் ஏற்படுகிறது. ஹீரோ தன் மூளையைப் பயன்படுத்த வேண்டும். வில்லனைக் கொன்றாலும், வில்லன் வைத்திட்ட குண்டைச் செயல் இழக்க செய்ய வேண்டும். சண்டைக் காட்சிகளில் இப்படி ஹீரோவிற்கு நெருக்கடி கூடிக்கொண்டே இருந்தால், அல்லது ஒரு காட்சியைச் சுற்றி ஏராளமான நிகழ்வுகள் நடந்துகொண்டே இருந்தால் படம் இன்னும் சுவாரஸ்யமாகும்.

சண்டைக் காட்சிகளைப் பற்றி பேசும்போது நாம் மார்ட்டல் சொல்லும் மிக முக்கியமானதொரு உத்தியை நினைவில் வைத்துக் கொள்ள வேண்டும். அதாவது ஒரு சண்டைக் காட்சியை நாம் எழுதிவிட்டோம். இறுதியாக திரைக்கதையை வாசிக்கும் போது,

அந்தச் சண்டைக் காட்சியை நீக்கினால் தேவலாமே என்று தோன்றுகிறது. அப்படி நீக்கியும் கதையில் எந்த பாதிப்பும் ஏற்படவில்லை என்றால் அது தேவையில்லாத சண்டைக் காட்சி என்கிறார் மார்ட்டல்.

அதாவது சண்டைக் காட்சிக்கும் கதையை நகர்த்தவேண்டிய பொறுப்பு இருக்கிறது. கதையை நகர்த்தாத சண்டைக் காட்சி தேவையில்லை என்பதை நினைவில் கொள்வோம். விஸ்வாசத்தில் வரும் சண்டைக் காட்சி, கதையை நகர்த்துகிறது ஆனால் NGK-யில் அப்படி இல்லை. சண்டை முடிந்து கதை மறுபடியும் வேறொரு புள்ளியிலிருந்து தொடங்குகிறது.

வேறொரு உதாரணம். தங்கையிடம் தவறாக நடக்க முயன்றவனை ஹீரோ வெறிகொண்டு அடித்து விரட்டுகிறான். எல்லா ஹீரோக்களும் செய்வதுதான்! ஆனால் அடுத்த காட்சியில் ஹீரோவின் தம்பியே அவனைக் கைது செய்யப் போவதாக மிரட்டுகிறான். அதுவரை சாந்தமாக வலம்வந்த மாணிக்கத்தின் உண்மை முகத்தை அந்தச் சண்டைக் காட்சிதான் நமக்குக் காட்டுகிறது. அடுத்த காட்சியிலேயே கதை வேறொரு கட்டத்திற்கு நகர இந்தச் சண்டைக் காட்சிதான் பயன்படுகிறது.

மேலும் சண்டைக் காட்சியில், ஹீரோ மற்றும் எதிரியின் செயல்கள் ஒவ்வொன்றும் கதையின் போக்கை திசைத் திருப்புவதாக இருந்தால் அது மிக சிறப்பானதொரு சண்டைக் காட்சி என்கிறார் மார்ட்டல். பாகுபலிக்கும் கட்டப்பாவிற்கும் நடக்கும் சண்டையை கவனியுங்கள். பாகுபலியும் கட்டப்பாவும் ஒரே நேரத்தில் குதிரை மீதிருக்கும் வாளை எடுக்க ஓடுகிறார்கள். நாயகன் எடுக்க வேண்டுமென்று நாம் ஆசைப்படுகிறோம். ஆனால் வாளை உறையோடு கட்டப்பா எடுக்கிறான். ஒரு நொடி மாற்றம், நமக்கு ஏமாற்றத்தைத் தந்து காட்சியின் சுவாரஸ்யத்தைக் கூட்டுகிறது. ஆனால் அடுத்த நொடியே உறைக்குள்ளிருக்கும் கத்தியை பாகுபலி எடுக்கிறான். அடுத்து கதையே எப்படி மாறுகிறது என்பதை நாம் அறிவோம். இது ஆக்சன் இயக்குனர் உருவாக்கிய சண்டைக்காட்சியாக இருந்தாலும், இங்கே திரைக்கதையாசிரியரின் வேலை என்ன என்பது நமக்குத் தெளிவாகப் புரிகிறது அல்லவா! இவ்வாறு புத்திசாலித்தனமான சிறுசிறு சேர்க்கைகள் சண்டையை சுவாரஸ்யம் ஆக்கிடும்.

அதே சமயத்தில் திரைக்கதையில் சண்டைக் காட்சியைப் பக்கம்

பக்கமாக மிக விலாவரியாக எழுதிவிட வேண்டிய அவசியமில்லை. முன் சொன்னதைப் போல் அதை ஸ்டன்ட் இயக்குனர் பார்த்துக் கொள்வார். கதைக்குத் தேவையான நிகழ்வுகளை மட்டும் நாம் எழுதினால் போதும்.

சண்டைக்காட்சிக்கு பலம் கூட்டக்கூடிய முக்கியமானதொரு விஷயம் 'லொகேஷன்' என்பதை அடிக்கோடிட்டு காண்பிக்கிறார் மார்ட்டல். மிக வித்தியாசமான அல்லது டேஞ்சரான லொகேஷன் என்றால் காட்சியில் விறுவிறுப்பு கூடுகிறது. அதே சமயத்தில் பார்வையாளர்கள் பலமுறை பார்த்திட்ட லொகேஷன்களில் சண்டைக் காட்சிகளை உருவாக்குவதை தவிர்க்க சொல்கிறார் மார்ட்டல். தமிழில் 'பின்னி மில்' சண்டைக் காட்சிகள் நினைவுக்கு வரலாம். தமிழ் படங்களில் எல்லா வில்லன்களின் பதுங்கிடமாக அந்த இடம்தான் இருக்கும்.

இது போல பார்த்த இடங்களிலேயே சண்டைகளை அமைப்பது அலுப்பைத் தரக்கூடும் என்று சொல்லும் மார்ட்டல், இதை தவிர்க்க இன்னொரு உத்தியை பின்பற்றச் சொல்கிறார். அன்றாட வாழ்வில் நாம் கடந்துவரும் லொகேஷன்களில் சண்டைகளை அமைக்கலாம்.

சப்-வே சண்டைகள், ஓவர் பிரிட்ஜ் சண்டைகள், பார்க்கிங் இடம் சண்டைகள் எல்லாம் நினைவுக்கு வருகிறது அல்லவா? இத்தகைய இடங்கள் காட்சிக்கு ஒரு எதிர்ப்பாராத தன்மையை கொடுக்கும் என்பதால் அந்தக் காட்சி பார்வையாளர்களுக்கு அதிகம் பிடித்திட வாய்ப்பிருக்கிறது. அதுவும் ஹீரோ சராசரி ஆளாக, சாமான்யனாக இருக்கும் போது இத்தகைய இடங்களில் காட்சிகளை அமைப்பது கூடுதல் சுவாரஸ்யத்தைத் தரும்.

அதே சமயத்தில், அன்றாட வாழ்வில் நாம் அனைவரும் கடந்து வரும் இடங்களாக இருந்தாலும், ஓரிரு படங்களில் வந்து முத்திரைப் பதித்த இடங்களைத் தவிர்க்க வேண்டும் என்கிறார் மார்ட்டல். அண்டர்கிரௌண்ட் பார்க்கிங்கில் சண்டை வருகிறது என்றதும் ஓநாயும் ஆட்டுக்குட்டியும் பார்வையாளர்களுக்கு நினைவு வந்திடக்கூடும். நாம் முற்றிலும் மாறுபட்ட வகையில் அந்தக் காட்சியைக் கட்டமைத்தால்தான் அது புதிய சண்டைகாட்சியாக இருக்கும். இல்லேயேல் முன்னரே பார்த்த காட்சிப் போல்தான் இருக்கும் என்பதை நினைவில் வைத்துக் கொள்வோம்.

அடுத்து என்ன நடக்கும் என்று மிக எளிமையாக யூகித்துவிடக்கூடிய வகையில் திரைக்கதையும் இருக்கக்கூடாது, ஆக்சன் காட்சிகளும் இருக்கக்கூடாது என்கிறார் மார்ட்டல். ஆம்தானே! ஹீரோ வில்லனை ஜெயித்துவிடுவான் என்பதை நாம் அறிவோம். அதற்காக ஹீரோ மட்டுமே வில்லனை அடித்துக் கொண்டிருந்தால் சுவாரஸ்யம் இருக்காதே! அதனால் எதிர்ப்பார்த்த இடத்தை எதிர்பாராத பாதையில் போய் அடையும் வகையில் திரைக்கதை (மற்றும் ஆக்சன் காட்சிகளை) எழுதலாம்.

ஹீரோ ஜெயிக்க வேண்டும் என்று பார்வையாளர்கள் ஆசைப்பட்டாலும், அதற்கான வாய்ப்பே இல்லை என்ற போக்கில் கதையை கொண்டு சென்றுவிட வேண்டும். பின் அசாதாரணமான திருப்பமாக ஏதோ நிகழ கதையின் போக்கு மீண்டும் ஹீரோவிற்கு சாதகமாகிறது என்று கதை அமைக்கலாம். கேம் ஆப் த்ரோன்ஸ் நாடகத்தின் *Battle of Bastards* சண்டைக் காட்சியை இதற்கு உதாரணமாக சொல்லலாம்.

யுத்தத்தில் நாயகன் ஜான் ஸ்னோ ஜெயித்துவிடுவான் என்ற நம்பிக்கை நமக்கு ஏற்படுகிறது. திடீரென்று எதிர்பாராத விதமாக அவன் படையை வில்லன் ராம்சேயின் படை சுற்றி வளைத்து விடுகிறது. இப்போது வெற்றி வில்லனை நோக்கிப் பயணிக்கிறது. ஹீரோவிற்கு மூச்சு முட்டுகிறது. நாம் யாரை நாயகன் என்று நினைக்கிறோமோ அவனைக் கொன்றுவிடுவதை வழக்கமாக வைத்திருக்கும் கேம் ஆப் த்ரோன்ஸ் திரைக்கதையாசிரியர்கள் ஜான் ஸ்னோவை கொன்றுவிடுவார்கள் என்று நினைக்கிறோம். திக் திக் தருணமாக இது இருக்கிறது. திடீரென்று, யாருமே எதிர்பாராத வண்ணம், வேறொரு நாட்டின் படை ஜான் ஸ்னோவிற்கு ஆதரவாகக் களம் இறங்குகிறது. வெற்றியின் போக்கு மீண்டும் மாறுகிறது. ஹீரோதான் வெற்றிப் பெறப் போகிறான் என்றாலும், ஆரம்பத்திலிருந்தே வெற்றி ஹீரோ வில்லன் என மாறி மாறி பயணித்து இறுதியில் ஹீரோ பக்கம் சாய்கிறது என்று காட்சி அமைக்கலாம். (*Avengers* படங்களிலும் இது போன்ற சண்டைக்காட்சிகள் உண்டு என்பது நினைவுக்கு வருகிறது அல்லவா!).

அதே போல், ஒரு சண்டைக்காட்சியை இன்னும் சுவாரஸ்யமாக்குவது ‘ஆயுதங்கள்’ என்கிறார் மார்ட்டல். கதையும்

கதாப்பாத்திரமும்தான் அந்த ஆயுதத்தைத் தீர்மானிக்கிறது என்றாலும், ஒரு காட்சியில் நம் நாயகனின் கையில் கிடைக்கும் பொருளை ஆயுதமாகப் பயன்படுத்தி எதிரியை வீழ்த்தும் போது அங்கே சுவாரஸ்யமும் நம்பகத்தன்மையும் கூடுகிறது. யுத்தம் செய் படத்தில், சேரன் நகம்வெட்டியை ஆயுதமாக பயன்படுத்துவார். ஜாக்கி ஜான், அறையில் இருக்கும் எந்தப் பொருளையும் ஆயுதாமாக்கி எதிரியை தடுப்பார். இது போல் நாமும் நம் திரைக்கதைக்கு ஏற்ப ஆயுதங்களை யோசிக்கலாம்.

மேலும் வில்லனின் திட்டத்தையே அவனுக்கு எதிராகத் திருப்பிவிடுவது ஆக்சன் படங்களுக்கு கூடுதல் விறுவிறுப்பைத் தரும். அதாவது வில்லனின் ஆயுதத்தைக் கொண்டே அவனை அழிப்பது. வில்லன் வைத்த வெடி குண்டை வைத்தே அவனைக் கொல்வது போன்ற விஷயங்களை உதாரணமாக சொல்லலாம். இதுபோன்று எதிர்ப்பாராமல் நடக்கும் திருப்பங்கள் எப்போதுமே நம் கதைக்கு பலம் சேர்க்கும்.

தசாவதாரத்தில் அதுவரை நம்மை பயமுறுத்திய வைரஸை இறுதியில் வில்லன் தன் மேலேயே செலுத்திக்கொள்கிறான். இது எதிர்ப்பார்க்காத திருப்பம். அடுத்த காட்சியிலேயே கடல் பொங்கி எல்லாப் பிரச்சனைக்கும் முற்றுப் புள்ளி வைக்கிறது. இதுவுமொரு எதிர்ப்பாராத திருப்பம். இது எல்லாவற்றையும் சாத்தியப்படுத்துவது ஒரு திரைக்கதையாசிரியரின் கையில்தான் இருக்கிறது.

அதனால் வெறும் ‘ஆக்சன் ப்ளாக்’ என்று எழுதிவிட்டு, அடுத்த காட்சிக்குப் போய்விடமால், மற்ற காட்சிகளுக்கு நாம் கொடுக்கும் அதே சிந்தனையையும் உழைப்பையும் ஆக்சன் காட்சிக்கும் கொடுப்போம். எப்படி நம்முடைய ஆக்சன் காட்சியை வித்தியாசமானதாக, சுவாரஸ்யமானதாக, கூடுதல் சிறப்பானதாக மாற்றப் போகிறோம் என்பதை நாம் யோசித்துக் கொண்டே இருப்போம். நினைவிருக்கட்டும், ஐடியாக்களைச் சிந்திப்பதற்கு குறுக்குவழி என்று எதுவும் கிடையாது. சிந்தித்துக் கொண்டே இருப்பதே நம் வேலை.

9. சஸ்பென்ஸ் & ட்விஸ்ட் (Suspense & Twist)

ஒரு எழுத்தாளனாக, உலகில் நான் விரும்பும் எந்தக் கதாப்பாத்திரத்தைப் பற்றியும் எழுதும் உரிமையை என்னால் கோர முடியும். அவர்களாக வாழும் உரிமையை என்னால் கோரமுடியும். அவர்களைச் சிந்தித்து உருவாக்கும் உரிமையைக் கோர முடியும். நான் கண்ட உண்மையைக் கண்டுகொண்டபடியே சொல்லும் உரிமையை கோர முடியும்.

-Quentin Tarantino

★★★

ஆக்சன் கதைகளுக்கு சுவாரஸ்யத்தைக் கூட்டும் இன்னொரு முக்கிய உத்தி 'சஸ்பென்ஸ்' என்கிறார் மார்ட்டல். அடுத்து என்ன நடக்கப்போகிறது என்ற எதிர்ப்பார்ப்பை பார்வையாளர்களுக்கு ஏற்படுத்தி கதையை நகர்த்துவதே 'சஸ்பென்ஸ்'. ஆக்சன் படங்களில் எத்தகைய 'சஸ்பென்ஸ்' வைக்கலாம் என்று பேசுவதற்கு முன்னர், பொதுவாக 'சஸ்பென்ஸ்' எந்தெந்த வகையில் சாத்தியப்படும் என்பதைப் பார்ப்போம்.

பெரும்பாலும் கதைகளில் மூன்று வகையான சஸ்பென்ஸ் சாத்தியம். ஒன்று, கதையில் இருக்கும் கதாபாத்திரங்கள்

எல்லா ரகசியங்களையும் திருப்பங்களையும் அறிந்திருப்பார்கள். பார்வையாளர்களுக்கு மட்டும் சஸ்பென்ஸ் வைக்கப்படும். உதாரணமாக, கொலைகாரன் யார் என்பதை கதையில் வரும் போலீஸ் அதிகாரி அறிந்திருப்பார். ஆனால் பார்வையாளர்களுக்கு அது சொல்லப்பட்டிருக்காது. இரண்டு, பார்வையாளர்களுக்கு எல்லாம் விளங்கி இருக்கும். ஆனால் கதாபாத்திரங்களுக்கு சஸ்பென்ஸ் வைக்கப்படும். உதாரணமாக, ஒரு கதாபாத்திரம் கொலைகாரன் என்று முதலிலேயே பார்வையாளர்களுக்கு விளக்கி இருப்பார்கள். ஆனால் படத்தில் வரும் மற்ற கதாபாத்திரங்களுக்கு அவனுடைய உண்மை முகம் தெரிந்திருக்காது. அவர்கள் அவனுடன் சகஜமாக பழகிக் கொண்டிருப்பார்கள். மூன்றாவது உத்தியில், யாருக்குமே எதுவும் தெரிந்திருக்காது. கதாப்பாத்திரங்களுக்கும் பார்வையாளர்களுக்கும் ஒரே செய்திதான் சொல்லப்பட்டிருக்கும். கதாப்பாத்திரம் ஒரு குற்றத்தைக் கண்டுபிடிக்கும்போதுதான் பார்வையாளர்களுக்கும் அதைப் பற்றி தெரியவரும். சஸ்பென்ஸ் பற்றிய இந்தப் புரிதல் நம்மிடம் இருக்கிறது அல்லவா?

இனி, ஆக்சன் படங்கள் என்று வரும் போது, சஸ்பென்ஸ் உத்தியை எப்படி பயன்படுத்தப் போகிறோம் என்பதைப் பார்ப்போம்.

அதற்கு சில வழிமுறைகளை சொல்கிறார் மார்ட்டல்.

முதலாவதாக *'Tickling Clock'*

அதாவது வெடிகுண்டு வெடிப்பதற்கு தயாராக இருக்கிறது, ஆனால் எப்போது வெடிக்குமென்று நமக்கு தெரியாது. இங்கே பார்வையாளர்களுக்கு ஒரு சஸ்பென்ஸ் ஏற்படுகிறது அல்லவா? இதுவே *'Tickling Clock'* ஆனால் வெடிகுண்டு என்பது ஒரு உதாரணம் மட்டும்தான். ஏதோ ஒரு நிகழ்வு. நடக்குமா நடக்காதா என்ற கேள்வியோடு கதையை நகர்த்துவதே இந்த உத்தி.

மொத்த படத்தையும் ஒரே கேள்வியைக் கொண்டு நகர்த்தலாம். கொலைகாரன் யார், அவனைப் பிடிக்க முடியுமா? இந்த முறையை 'பிக் கிளாக' *(Big Clock)* என்கிறார் மார்ட்டல். அதாவது நாம் வைக்க விரும்பும் சஸ்பென்ஸ் மொத்த படத்திற்கானது. அல்லது குறிப்பிட்ட சீக்வன்ஸ்களில் மட்டும் இந்தக் கேள்வியை வைக்கலாம். இதை 'சீன் கிளாக்' *(Scene Clock)* என்கிறார்.

உதாரணம். ஒரு போலீஸ் நாயகன் இருக்கிறான். தொடர்

கொலைகள் நடக்கிறது. அவன் கொலைகாரனைக் கண்டுபிடித்தாக வேண்டும். அல்லது என்ன காரணத்திற்காகக் கொலை செய்தான் என்பதைக் கண்டுபிடிக்க வேண்டும். இந்தக் கேள்விக்கு விடை படத்தின் இறுதியில்தான் தெரியப் போகிறது. அந்தக் கேள்வியே நம்மைக் கட்டிப்போட்டு வைத்திருக்கிறது. இதுவே பிக் கிளாக்.

படத்தில் ஒரு கட்டத்தில் கொலைகாரன் நாயகனுக்கு வேண்டிய பெண்ணைக் கடத்திவிடுகிறான். அவளைக் காப்பாற்றும் பொருட்டு நாயகன் கொலைக்காரன் இருக்கும் இடத்தைத் தேடுகிறான். அதை அவன் கண்டுகொள்வானா மாட்டானா என்ற கேள்வி வருகிறது. அப்படிக் கண்டுகொண்ட பின், நாயகன் அந்த இடத்தை ஆராய்கிறான். கொலைகாரன் மாடியில் அந்தப் பெண்ணை ஒளித்து வைத்திருப்பது தெரியாமல் நாயகன் திரும்ப முடிவுசெய்கிறான். இப்போது நாயகன் அந்தப் பெண்ணை காப்பாற்றுவானா மாட்டானா. மீண்டும் மாடிக்குச் செல்வானா மாட்டானா என்ற கேள்வி வருகிறது. இந்தக் கேள்விகள் ஒரு குறிப்பிட்ட சீக்வன்ஸ (அல்லது சீன்) சம்மந்தப்பட்ட கேள்விகளாக இருக்கிறது. இதை சீன் கிளாக் என்கிறோம்.

இரண்டாவதாக *'Cross Cutting'*

அதாவது இரு வெவ்வேறு நிகழ்வுகளை மாறிமாறிக் காண்பிப்பதன் மூலம் சஸ்பென்சை சாத்தியப்படுத்தும் உத்தி இது .

குற்றத்திற்கான ஆதாரம் வில்லனின் வீட்டில் இருக்கிறது. அதை தேடி எடுப்பதற்காக நாயகன், வில்லன் இல்லாத நேரத்தில் அவன் வீட்டினுள் நுழைந்துவிடுகிறான். வெளியூர் செல்லும் வில்லன், போகும் வழியில் ஏதோ தடங்கல் ஏற்பட்டு வீடு திரும்புகிறான். இங்கே ஹீரோவின் காட்சியையும் வில்லனின் காட்சியையும் மாறிமாறிக் காண்பிக்கும் போது, எங்கே வில்லன் வீட்டிற்கு சீக்கிரம் வந்துவிடுவானோ, எங்கே நம் நாயகன் சிக்கிக் கொள்வானோ என்ற பதட்டம் எழுகிறது அல்லவா? இத்தகைய சஸ்பென்சைத்தான் *'Cross Cutting'* என்கிறோம்.

ஆனால் திகில் படங்கள், ஆக்சன் படங்கள் என்றில்லை. எந்த வகைக் கதைகளிலும் சஸ்பென்ஸ் சாத்தியம். அவசியமும் கூட. நாயகியிடம் காதலைச் சொல்லப் போகிறான் ஹீரோ. சொன்னான், காதல் மலர்ந்தது என்றால் என்ன சுவாரஸ்யம் வரப் போகிறது! அதுவே அதுவரை தனியாகக் கல்லூரிக்கு வந்த நாயகி, அன்று

தன் ரவுடி அண்ணனுடன் வருகிறாள். இது தெரியாமல் ஹீரோ அவளை வழிமறிக்க காத்துக் கொண்டிருக்கிறான். இப்போது அடுத்து என்ன ஆகும் என்ற கேள்வி வருகிறது அல்லவா! இது போல் சஸ்பென்ஸ் வைக்க முடிந்த இடத்தில் காட்சியை அங்ஙனம் அமைப்பது நம் கதைகளுக்கு கூடுதல் சுவாரஸ்யத்தை தரும்.

அல்லது ஹீரோ ஒரு டீ கடையின் பின்னே வைத்து காதலைச் சொல்லப் போகிறான். அதே நேரத்தில் கடையினுள் மூன்று ரவுடிகள் வேறொரு ரவுடியைக் கொலை செய்யத் துணிந்திருக்கிறார்கள். இங்கே இரண்டு காட்சிகளையும் காண்பிக்கும் போதே, ஹீரோவின் காட்சியும் ரவுடிகளின் காட்சியும் ஒரு புள்ளியில் இணையப்போகிறது என்பதை நாம் புரிந்து கொள்வோம். அது எந்தப் புள்ளி என்று எதிர்ப்பார்க்கிறோம். இங்கேயும் சஸ்பென்ஸ்தான் காட்சியின் சுவாரஸ்யத்தைக் கூட்டுகிறது.

ஆனால் எந்த வகையான சஸ்பென்ஸ் வைத்தாலும், அவை எல்லாவற்றிக்கும் ஒரு டெட்லைன் *(Deadline)* இருக்க வேண்டும் என்கிறார் மார்ட்டல். குண்டு வெடிக்கும் என்று மட்டும் சொன்னால் என்ன விறுவிறுப்பு இருக்கப் போகிறது! அதுவே ஐந்து நிமிடத்தில் குண்டு வெடித்து விடும், ஒரு நாளில் வைரஸ் வெளியே வந்துவிடும் என்றால் விறுவிறுப்பு கூடுகிறது அல்லவா?

மும்பை அழிந்துவிடும் என்று மட்டும் கணேஷ் கைதொண்டே சொல்லவில்லை. 'இன்னும் இருபத்தைந்து நாட்களில் மும்பை அழிந்து விடும்' என்று சர்தாஜிடம் கெடு கொடுத்துவிட்டு மாண்டுப் போகிறான். இந்த வரையறுக்கப்பட்ட காலநேரம் தான் *Sacred games* நாடகத்திற்கு விறுவிறுப்பைத் தருகிறது.

ஆனால் இனிமேல் நடக்கப்போகும் நிகழ்வு மட்டுமே சஸ்பென்சை சாத்தியப்படுத்தும் என்று அர்த்தம் கொள்ள வேண்டாம். நடந்து விட்ட நிகழ்வுகளை நாம் விவரிக்கும் விதத்திலும் சஸ்பென்சை சாத்தியப்படுத்த முடியும்.

கொலைகாரன் போலீசிடம் சிக்கியபின் தான் எப்படி கொலை செய்தேன் என்பதை விவரிப்பதிலிருந்து கதையைத் தொடங்க முடியும். என்னுடைய் 'ஏப்ரல் இரவில் ராக் ம்யூசிக் இசையில் அநிருத்தன் செய்த மூன்று கொலைகள்' சிறுகதை இப்படியொரு இடத்திலிருந்துதான் தொடங்கும். நாயகன் தான் செய்துவிட்ட கொலையை போலீசிடம் விவரிப்பான்.

இங்கே நாம் சில விவரங்களை மட்டும் பார்வையாளர்களுக்கு சொல்லி, சில விவரங்களைச் சொல்லாமல் விடுவதன் மூலம் சஸ்பென்சை சாத்தியப்படுத்தலாம். சொல்லாமல் விட்ட விவரங்களைத் தெரிந்து கொள்ள வேண்டுமென்று நாம் தூண்டப் படுகிறோம் அல்லவா! அதுவே 'சஸ்பென்ஸ்'.

சஸ்பென்ஸ் அளவிற்கு முக்கியமான இன்னொரு விஷயம் 'ட்விஸ்ட்'. யார் கொலைகாரன் என்று நம்மை யோசித்துக் கொண்டே இருக்க வைப்பது சஸ்பென்ஸ் என்றால், அதுவரை கொலைகாரன் என்று நினைத்துக் கொண்டிருக்கும் ஒருவன் கொலைகாரன் அல்ல வேறொருவன்தான் கொலைகாரன் என்று சொல்வது 'ட்விஸ்ட்'.

பொதுவாகக் கதையின் போக்கையே மாற்றும் ஒரு விஷயம்தான் ட்விஸ்ட் என்று நாம் புரிந்து வைத்திருக்கிறோம். ஆனால் உண்மையில் ட்விஸ்ட் எதையும் மாற்றாது, அதுவரை மறைந்திருந்த விஷயத்தை வெளிப்படுத்த மட்டுமே செய்யும் என்கிறார் மார்ட்டல்.

இதை எளிமையாகப் புரிந்து கொள்ளலாம். கோ படத்தில் கதை முழுக்க நல்லவனாக, மக்களுக்கு நல்லது செய்யும் அரசியல்வாதியாக இருந்த ஹீரோவின் நண்பன்தான் உண்மையான வில்லன் என்பது இறுதியில் நமக்கு தெரியவருகிறது.

இங்கே இறுதியில்தான் அவன் கெட்டவனாக மாறியிருக்கிறானா என்றால் இல்லை. ஆரம்பத்திலிருந்தே அவன் கெட்டவன் தான். ஆனால் நமக்கு அவனின் உண்மை முகத்தை இறுதியில்தான் தெரியப்படுத்துகிறார்கள். அதுவரை அந்த ரகசியம் மறைக்கப்பட்டிருக்கிறது. இதை மார்ட்டல் 'Foreshadowing' என்கிறார்.

கதையில் ஆரம்பத்திலிருந்தே ஒருவன் கெட்டவன் என்பதற்கான குறிப்புகளை நாம் மறைத்து வைத்துக் கொண்டே வரலாம். இறுதியில் அந்த ட்விஸ்ட் வெளியான பின்பு, படத்தை மனதில் ஓட்டிப் பார்க்கும் போது, மறைத்துவைக்கப்பட்ட விஷயங்கள், குறிப்புகள் எல்லாம் கண்முன் ஓடுவதாக, திரை விலகுவதாக திரைக்கதை அமைந்திருந்தால், அந்தப் படம் பார்வையாளர்களுக்கு அதிகம் பிடிக்கும். சுஜாதாவின் 'ஓர் இரவில் ஓர் ரயிலில்' நெடுங்கதையில், 'சஸ்பென்ஸ்' மற்றும் 'ட்விஸ்ட்' ஆகிய இரண்டு

விஷயங்களும் கட்சிதமாக அமைந்திருப்பதைக் காண முடியும்.

மேலும், ட்விஸ்ட் வைக்க வேண்டும் என்பதற்காக எதையாவது வைக்கக் கூடாது. சில நேரங்களில் எந்த ட்விஸ்ட்டும் இல்லாமல் நேரடியாகக் கதையை விளக்க வேண்டிய சூழல் ஏற்படலாம். அதுவே சிறப்பான உத்தியாகவும் இருக்கக் கூடும். சில படங்களில், காரணமே இல்லாமல் ஒரு ரகசியத்தை இடைவேளை வரை இழுத்துப் பிடித்துவிட்டு, பின்பு இடைவேளையில் அதை வெளிப்படுத்துவார்கள். யோசித்துப் பார்த்தால் அந்த ட்விஸ்ட் கதைக்கு எந்தக் கூடுதல் சிறப்பையும் சேர்த்திருக்காது. அந்த ட்விஸ்ட் இல்லாமலேயே படம் இன்னும் சிறப்பாக இருந்திருக்கும்.

வேதாளம் மற்றும் நம்ம வீட்டுப் பிள்ளை ஆகிய படங்களை உதாரணமாக எடுத்துக் கொள்வோம். இரண்டுப் படங்களிலும், பாசமலர்களாக வலம்வரும் நாயகனும் அவன் தங்கையும் உடன்பிறந்த அண்ணன் தங்கை அல்ல என்ற ட்விஸ்ட் முதல் பாதியின் இறுதியில்தான் வெளியாகிறது. ஆனால் வேதாளம் படத்தில், அந்த ட்விஸ்ட் வெளிப்படுவதற்கான காரணம் இருக்கிறது. அதன் பின்னே ஒரு கதையும் இருக்கிறது. கொலைகாரனின் தங்கை என்பதால் அவளுடைய திருமணம் தடைபடலாம் என்ற சூழலில், வேறுவழியில்லாமல் நாயகன் உண்மையைச் சொல்கிறான்.

ஆனால் நம்ம வீட்டுப் பிள்ளை படத்தில் அந்த ட்விஸ்ட் எந்த அழுத்தமும் இல்லாத இடத்தில் வெளிப்படுகிறது. மேலும் அந்த ட்விஸ்ட் காட்சிக்கோ திரைக்கதைக்கோ எந்த பலத்தையும் சேர்க்கவில்லை. ட்விஸ்ட்டை இழுத்துப் பிடிக்காமல், படத்தின் தொடக்கத்திலேயே அவர்கள் உடன்பிறந்த அண்ணன் தங்கை இல்லை என்பதைச் சொல்லியிருந்தால்கூட படத்தில் எந்த குறையும் ஏற்பட்டிருக்காது. இரண்டு நண்பர்களின் பிள்ளைகள், அண்ணன் தங்கைகளாக வளர்கிறார்கள் என்று சொல்லி கதையை நகர்த்தியிருந்தால், படத்தைப் பின்பற்றுவது இன்னும் எளிதாக இருந்திருக்கும். அதனால், எல்லா நேரங்களிலும் திரைக்கதையில் ட்விஸ்ட் இருக்க வேண்டிய அவசியமில்லை, நம் கதையே ட்விஸ்டின் அவசியத்தை நிர்ணயிக்கிறது என்பதை நினைவில் கொள்வோம்.

CUT TO:

மார்ட்டல் சொன்ன உத்திகளை மையப்படுத்தி ஆக்சன் திரைக்கதை எழுதுவதைப் பற்றி பேசினோம். இறுதியாக அவர் குறிப்பிட்டிருக்கும் சில முக்கிய உத்திகளை மிகச் சுருக்கமாக இங்கே தொகுப்பது பயனுள்ளதாக இருக்கும் என்று நம்புகிறேன்.

1. இயன்றவரை ஆக்சன் படங்களில் ஒரே ஒரு 'கதை' மட்டும் இருப்பது போல் பார்த்துக் கொள்ளுங்கள்:

கதை என்ன என்பதை எளிய வார்த்தைகளில், மூன்று வரிகளில் நம்மால் பிறருக்குச் சொல்ல முடியவில்லை என்றால் அந்தக் கதையில் ஏதோ சிக்கல் இருக்கிறது என்று அர்த்தம். நம் கதை இதுதான் என்பதை சில வரிகளில் *(logline)* எழுதி வைத்துக் கொண்டு, திரைக்கதை எழுதும்போது அந்த லாக்லைனை வழிகாட்டியாக வைத்துக் கொள்ளலாம். இது திரைக்கதை வளரும் போது, சம்மந்தமில்லாத கதைகள் உள்ளே வருவதை தவிர்க்க உதவும்.

2. ஆக்சன் கதைகளில் 'ஹீரோ' என்பவன் ஒருவனாக மட்டும் இருக்கட்டும்.

அதாவது நம்முடைய பிரதான பாத்திரம்தான் படம் முழுக்க வர வேண்டும். அவனுக்கு ஏற்படும் பிரச்சனைதான் கதையை நகர்த்த வேண்டும். ஆக்சன் படங்களில் ஹீரோவிற்கு இணையான துணைப் பாத்திரங்களை இயன்றவரை குறைத்துக் கொண்டால், கதையை பின்தொடர்வது எளிதாக இருக்கும்.

3. நம் ஹீரோவின் நோக்கம் ஒன்றாக, தெளிவாக இருக்கட்டும்.

நம் நாயகன் யார் என்பதை நாம் அறிந்து கொண்ட பின், அவனுக்கு ஒரு தெளிவான நோக்கம் வந்துவிட வேண்டும். தீவிரவாதிகளைப் பிடிப்பது, அண்ணனைக் கொன்றவனை பழிவாங்குவது, வில்லனைச் சட்டத்திற்கு முன்பாக நிறுத்துவது என்பன போன்றவை. கதையின் போக்கில் ஹீரோவின் நோக்கம் மாறிக்கொண்டே இருக்கக் கூடாது.

4. ஹீரோவின் பயணம் ஒரே திசையில் இருக்கட்டும்.

கதையின் ஆரம்பத்தில் இருந்ததைப் போல் ஹீரோ இறுதியில் இருக்கப் போவதில்லை. தனிப்பட்ட பிரச்சனைகளால் குழம்பிப்போன போலீஸ்காரனிடம் ஒரு பெரிய வழக்கு வருகிறது.

வழக்கிற்கு கதையின் இறுதியில் அவன் தீர்வு காணவேண்டும். கண்டுவிடுவான். இங்கே ஆரம்பத்திற்கும் இறுதிக்குமான இந்த பயணம் நேர்கோட்டில் இருக்கட்டும். கதையை எங்கெங்கோ கொண்டு போகாமல், கதையின் நிகழ்வுகள் ஒவ்வொன்றும் கதையை அடுத்த கட்டத்திற்கு நகர்த்தட்டும்.

5. ஹீரோவிற்கு ஒரு தெளிவான திட்டம் இருக்கட்டும்.

வில்லனை ஜெயிப்பதுதான் நம் நாயகனின் நோக்கம். அவன் தனக்கென்று ஒரு தெளிவான திட்டத்தை வரையறுத்துக் கொள்ள வேண்டும். அதைப் பின்பற்றி வில்லனை ஜெயிக்க வேண்டும். எத்தனை முறை விழுந்தாலும் அவன் மீண்டும் எழுந்து தன் திட்டத்தைச் செயல்படுத்துகிறான். அந்தத் திட்டம் செயல்படமால் போகும் போது, அவன் இறுதியாக வேறொரு திட்டத்திற்கு மாறிக் கொள்ளலாம். ஆனால் நம் நாயகனால் திட்டமிடமுடிகிறது, அதைச் செயல்படுத்த முடிகிறது என்பதே முக்கியம்.

6. ஹீரோவை விட வில்லனின் திட்டம் பெரிதாக இருக்கட்டும்.

ஹீரோவை விட வில்லன் வலிமையானவனாக இருப்பதும், அவனுடைய திட்டம் ஆபத்துவிளைவிக்கக் கூடியதாக இருப்பதும் மிகவும் முக்கியமாகிறது. எப்போதும் நினைவில் வைத்துக் கொள்வோம். ஆக்சன் படங்களில் வில்லன்தான் படத்தின் பிரம்மாண்டத்தை நிர்ணயிக்கப் போகிறான். அவன் எவ்வளவு வலிமையாக இருக்கிறானோ, அவன் திட்டங்கள் எவ்வளவு பெரிதாக இருக்கின்றனவோ அவ்வளவு சுவாரஸ்யமாக விறுவிறுப்பாக நம் படங்கள் இருக்கும்.

10. FADE OUT

இன்றிலிருந்து பலவருடம் கழித்து, ஒரு நாள், யாரையும் திருப்திபடுத்த வேண்டிய அவசியம் உங்களுக்கு இருக்காது. மற்றவர்கள் உங்களைப் பற்றி என்ன சொல்லப் போகிறார்கள் என்பதைப் பற்றி அலட்டிக் கொள்ளமாட்டீர்கள். அன்றுதான் நீங்கள் உங்களின் முழுத் திறமையை வெளிப்படுத்தும் படைப்பை உருவாக்குவீர்கள்.

-J D Salinger

★★★

திரைக்கதைகளைப் பற்றி விவாதிப்பதோடு மட்டும் நின்றுவிடாமல், அதை எழுதத் தொடங்குவது முக்கியமாகிறது. நாம் நிறைய உத்திகளைப் பற்றிப் பேசலாம். ஆனால் எழுதுவதன் மூலம் நமக்கு ஏற்படும் புரிதலுக்கு இணை வேறு எதுவுமில்லை அல்லவா?

சரி, இப்போது ஒரு ஆக்சன் திரைக்கதை எழுதலாம்.

நாம் ஒரு ஆக்சன் கதைக்கான கருவை யோசித்துவிட்டோம். ஒரு சாதாரண ஹீரோவிற்கும் பலம் வாய்ந்த வில்லனுக்கும் வரும் பிரச்சனைதான் நம் கதையின் கரு. ஹீரோ யார்? ஒருவேளை அது நாமாகவும் இருக்கலாம். நம் வாழ்க்கையில் நாம் சந்தித்த யாராகவும் இருக்கலாம்.

ஹீரோ ஒரு சாப்ட்வேர் இன்ஜினீயர் என்று வைத்துக் கொள்வோம். முதல் காட்சியை எழுதுகிறோம்.

INT/EXT. UNDERGROUND PARKING- DAY

பெரிய அண்டர்கிரௌண்ட் பார்க்கிங். ஒரு புல்லட் உள்ளே நுழைகிறது. பிரபாகரன், வயது இருபத்தியெட்டு, கம்பீரமான தோற்றம், புல்லட்டை நிறுத்துகிறான்.

பார்க்கிங்கிலிருந்து வெளியே நடக்கிறான்.

அங்கே நிற்கும் வாட்ச்மேன் அவனுக்கு வணக்கம் வைக்கிறான்.

பிரபாகரன்

என்னனே, பொண்ணுக்கு காலேஜ் ஸ்டார்ட் ஆகிடுச்சா!

வாட்ச்மேனின் முகத்தில் மகிழ்ச்சி.

வாட்ச்மேன்

எல்லாம் உங்களாலதான் தம்பி

பிரபாகரன் புன்னகை செய்கிறான்.

INT. IT CORRIDOR- CONTINUOUS

பிரபாகரன் லிப்ட்டுக்குள்ளிருந்து வெளியே வருகிறான். காரிடாரில் நடக்கிறான்.

ID கார்ட்டை கண்ணாடி கதவின் முன்பிருக்கும் சிறு மெஷின் மீது வைக்க கதவு திறந்துக் கொள்வதைப் பார்க்கிறோம்.

★★★

இது ஒரு உதாரணக் காட்சிதான். படத்தின் முதல் காட்சி எதுவாகவும் இருக்கலாம். ஹீரோ வில்லனுடன் மோதிய பின் ஏற்படும் பிரச்சனையை முதல் காட்சியாகக் காண்பித்துவிட்டு பின்பு ப்ளாஷ்பேக்கில் முழு கதையையும் சொல்லிட முடியும்.

இங்கே முதல் காட்சியில், பிரபாகரன் அந்த வாட்ச்மேனுடைய பெண்ணின் படிப்பிற்கு ஏதோ உதவி செய்திருக்கிறான் என்பதை அறிகிறோம். அது என்ன உதவி என்று சொல்லவேண்டிய அவசியமில்லை. ஒருவேளை படத்தின் பிற்பகுதியில் அந்த வாட்ச்மேன் நம் ஹீரோவிற்கு உதவும் கதாப்பாத்திரமாக

உருவெடுக்கலாம். நாயகன் அந்த வாட்ச்மேனுக்கு செய்த உதவியை காட்சியாக உருவாக்க முடிந்தாலும் அதை நாம் செய்யலாம். ஆனால் இங்கே இந்தக் காட்சியில், அரை நிமிடத்தில் பிரபாகரன் உதவும் குணமுள்ளவன் என்பதைச் சொல்லிட முடிகிறது என்பதையே நாம் கவனிக்க வேண்டும்.

அடுத்து நாம் பிரபாகரன், தன் அலுவலக கேபினுள் நுழையும் காட்சியை வைக்கிறோம். இங்கே அவனுடைய முக்கிய நண்பர்களை நாம் அறிமுகப்படுத்தலாம். அவர்களில் யாரவது நம் திரைக்கதையை நகர்த்தப் பயன்படலாம்.

நாம் திரைக்கதையின் ஆரம்பப் பகுதியில் கதையை கட்டமைக்கும் போது, கதையின் விறுவிறுப்பைப் பற்றி அலட்டிக் கொள்ளத் தேவையில்லை என்று பேசினோம். கதை நிதானமாகவே நகரலாம் என்றும் பேசினோம். எனவே அவசியமிருப்பின் நாம் பிரபாகரனின் குடும்பத்தைப் பற்றி பேசலாம். அதே சமயத்தில் நாம் எழுதும் ஒவ்வொரு காட்சியும், சம்பவங்களும், வசனமும், கதையை முன் நகர்த்த வேண்டும் அல்லது நம் நாயகனின் குணநலன் பற்றியோ அவனுடைய மனநிலையைப் பற்றியோ பேசவேண்டும் என்பதை நாம் நினைவில் கொள்ளல் வேண்டும். மற்ற கதாப்பாத்திரங்களுக்கும் இந்தக் கூற்று பொருந்தும். கதையை முன் நகர்த்தாத எந்தப் பாத்திரமும் திரைக்கதைக்குத் தேவையில்லை.

சரி ஒரு ஹீரோ கிடைத்துவிட்டான். ஹீரோவை விட ஆக்சன் கதையில் வில்லன்தான் முக்கியமானவன் என்று பேசினோம். நாயகனைவிட வில்லன் வலிமையானவனாக இருக்க வேண்டியதன் அவசியத்தை நாம் உணர்ந்திருக்கிறோம்.

மிக எளிமையான உதாரணமாக, வில்லனை அரசியல்வாதி என்று வைத்துக் கொள்வோம். வில்லன் அமைச்சர் பதவி வகிப்பவனாக இருக்கலாம். ஹீரோவும் வில்லனும் மோதிக் கொள்ளப் போகிறார்கள். அது எப்படி நிகழலாம்!

நேரடியாக வில்லனோடு பிரச்சனை வந்திட வேண்டும் என்று அவசியமில்லை. ஹீரோவிற்கு, வில்லனின் ஆள் ஒருவனோடு பிரச்சனை வர, அது வளர்ந்து கொண்டே வில்லனிடம் போய் நிற்கிறது என்று வைக்கலாம். பிரபாகரனுக்கும், அவன் தெருவின் கவுன்சிலருக்கும் ஏதோ ஒரு சிறு பிரச்சனை வந்திருக்கலாம்.

அதற்கு அவன் ஆற்றிய எதிர்வினை, அமைச்சரைச் சீண்டி இருக்கலாம். எப்படி இருந்தாலும், ஹீரோவிற்கும் வில்லனுக்கும் மோதல் மாறிமாறி நிகழ வேண்டும் என்பதைப் பற்றி நாம் பேசினோம். இதை 'பிளாட்டிங்' என்றோம். இதை நினைவில் வைத்தே நாம் காட்சிகளை அமைப்போம்.

காட்சிகளைக் கட்டமைக்கும் போது மேலுமொரு முக்கிய விஷயத்தைப் பற்றி பேசினோம். அதாவது ஒரு கதாப்பாத்திரம் கதையின் பிற்பகுதியில் வில்லனை எதிர்க்கும்போது பயன்படுத்தப் போகும் திறமையை, ஆரம்பக் காட்சிகளிலேயே அடிக்கோடிட்டு காட்டலாம் என்றோம்.

இங்கே பிரபாகரன், இரண்டாம் பாதியில் அரசியல்வாதி செய்த ஊழலுக்கான ஆதாரத்தை அவனுடைய லேப்டாப்பை ஹாக் செய்து கண்டுபிடிக்கிறான் என்றால், நாயகனுக்கு அத்தகைய திறமை இருக்கிறது என்பதை நாம் ஆரம்பக் காட்சிகளிலேயே சொல்லலாம். அலுவலகத்தில் அவனொரு சிறந்த எதிக்கல் ஹாக்கராக *(Ethical Hacker)* விளங்குகிறான் என்று முன்கூட்டியே காட்சி அமைக்கலாம். படத்தின் பிற்பகுதிக்கான அடித்தளம்தான் ஆரம்பக் காட்சிகள் என்பதை மீண்டும் நினைவுபடுத்த விரும்புகிறேன்.

அடுத்து நம் கதையில் எல்லாக் காட்சிகளும் ஆர்கானிக்காக வளர வேண்டிய அவசியத்தைப் பற்றியும் பேசினோம். நம்மை போல் சாதாரண மனிதன்தான் பிரபாகரன். உதவி செய்யும் குணம் கொண்டவன் என்பதால் அவன் யாருக்கோ செய்யும் உதவி கவுன்சிலருக்கு உபத்திரமாக முடிகிறது. கவுன்சிலர் வம்பிழுக்கிறான். கவுன்சிலரை எதிர்த்தால் வில்லன் (அமைச்சர்) முன்னே வந்து நிற்கிறான். இங்கே நம் கதை ஆர்கானிக்காக வளர்கிறது அல்லவா! இந்த ஆர்கானிக் முறை குழப்பமற்ற திரைக்கதையை உருவாக்கும். இதை செய்ய எளிய வழி, ஒன்லைன் எழுதி வைத்துக் கொள்வது.

அல்லது ஸ்டிக் நோட்ஸில் கதையின் சீக்வன்சைக் குறித்து வைத்துக் கொள்ளலாம். பின்பு காட்சிகளை எழுதத் தொடங்கலாம்.

காட்சிகளை உருவாக்கிய பின், கதை ஒரு கட்டத்திலிருந்து அடுத்த கட்டத்திற்கு நகர எவ்வளவு அவகாசம் எடுத்துக் கொள்கிறது என்பதை சரிப்பார்க்க வேண்டும் என்றும் பேசினோம். இதை 'பேசிங்' என்றோம். எவ்வளவு நல்ல காட்சியாக இருந்தாலும்,

கதையை முன் நகர்த்தாத காட்சியை நீக்கிட வேண்டும் என்பதை நினைவில் வைத்துக் கொள்வோம்.

அடுத்து, திரைக்கதைக்கு கொடுக்கும் அதே உழைப்பை ஆக்சன் காட்சிகளை எழுதவும் கொடுக்க வேண்டும் என்று பேசினோம். அரசியல்வாதி அடிதடியில் ஈடுபட்டு வளர்ந்தவனாக இருக்கக் கூடும். அவன் கரடுமுரடான ஆசாமி. நம் நாயகன் ஒரு *White Collar* ஆசாமி. அவன் போராடி சண்டைப் போடுகிறான், கையில் கிடைக்கும் ஆயுதங்களைக் கொண்டு சண்டைப் போடுகிறான் எனும்போதும் சண்டைக் காட்சி ரியலிஸ்டிக்காக மாறிடும்.

சரி, ஹீரோ கிடைத்தாயிற்று. வில்லனும் கிடைத்தாயிற்று. இருவரும் மோதிக்கொள்ளும் வகையில் 'பிளாட்டிங்' இருக்க வேண்டும் என்று புரிகிறது. தேவையில்லாத காட்சிகளை நீக்கி கதையை நகர்த்தும் காட்சிகளை மட்டும் வைத்து திரைக்கதையை கட்டமைக்க வேண்டும் என்றும் புரிகிறது. பேசிங்கை சரி பார்த்துக் கொள்கிறோம். வசனத்திலேயே அரை நிமிடத்தில் ஒருவனின் குணத்தைச் சொல்ல முடிந்தால் அதைச் செய்திடலாம் என்பதையும் அறிந்திருக்கிறோம். சண்டைக் காட்சிகளை யதார்த்தமாக சிந்திக்க முடிகிறது. அவ்வளவுதான். ஆக்சன் திரைக்கதை உருவாகிவிட்டதா?

நாம் ஒரு விஷயத்தை மறந்துவிட்டோமே!

இன்டர்னல் கான்ஃபிளிக்ட்தான் அது.

இந்த இன்டர்னல் கான்ஃபிளிக்ட்தான் எமோஷனாக வெளிப்படுகிறது என்றோம்.

எமோஷன் இல்லாத படம் பார்வையாளர்களோடு தொடர்பாடாது என்பதை பேசினோம் அல்லவா!

பிரபாகரனுக்கு அம்மா இல்லை. தன் அம்மா இறந்ததற்கு தன் அப்பாதான் காரணம் என்று நினைக்கிறான். அதனால் அவனுக்கு அப்பாவோடு சுமூகமான உறவு இல்லை. இதுவே அவனுடைய எமோஷனல் கான்ஃபிளிக்ட்டாக இருக்கிறது. கதையின் முடிவில் இந்தப் பிரச்சனைக்கும் முடிவு வரலாம். அப்படி வரும்போது அவனுடைய கேரக்டர் ஆர்க் முழுமை அடைகிறது. இங்கே இன்னும் ஒரு விஷயத்தை நினைவில் கொள்வோம். வில்லனுக்கும் எமோஷனல் கான்ஃபிளிக்ட்டை வைக்கலாம். அப்போது அவனுடைய பாத்திரத்திற்கும் நம்பகத்தன்மை கூடுகிறது.

மேலே, நாம் பிரபாகரன் பற்றி, வில்லன் பற்றி பேசியது எல்லாம் உதாரணங்கள்தான். யோசிக்க யோசிக்க நமக்கு மேலும் புதுமையான காட்சிகள் கிட்டும். புதுமையான *High Concept* கிட்டும். நாம் யோசிக்கும் ஒரு கான்சப்டைக் கொஞ்சம் மாற்றினால், முற்றிலும் வேறொரு சிறப்பான கான்சப்ட் கிடைக்க வாய்ப்பிருக்கிறது என்றும் பேசினோம். நம்மை சுற்றி நிறைய ஐடியாக்கள் இருக்கிறது. கான்சப்ட் இருக்கிறது. அவற்றிலுள்ள கதைகளை நாம்தான் கண்டுகொள்ள வேண்டும்.

பத்திரிக்கையில் படித்த ஏதோ ஒரு செய்தி நம் ஐடியாவாகலாம். சிலைக்கடத்தல் தடுப்பு பிரிவில் பணியாற்றும் அதிகாரியைப்பற்றி செய்தி படிக்கிறோம். அவர் எப்படிச் சிலையை வெளிநாட்டிலிருந்து மீட்டு வந்தார் என்பது ஒரு சினிமாவிற்கான கதையாக இருக்கிறது. அவரை நாயகனாய் வைத்து ஒரு கதை எழுத முடிவு செய்கிறோம். வழக்கமாக எல்லோரும் யோசிக்கக் கூடிய ஐடியா என்று தோன்றுகிறது. ஏனெனில் எல்லோரும் அந்த செய்தியைப் படிக்கிறார்கள். எனவே, நாயகனை ஒரு பத்திரிக்கைகாரனாக மாற்றுகிறோம். அதே சிலைக்கடத்தல் கதைதான். ஆனால் இப்போது அதற்கு வேறொரு கோணம் கிடைக்கிறது. இப்போது அந்த முக்கியப் பாத்திரத்தைப் பெண்ணாக மாற்றுகிறோம். இப்போது இன்னும் த்ரில்லான கதைக் கிடைக்கிறது. ஒவ்வொரு சிந்தனைக்கும் அதற்கான கால அவகாசத்தைக் கொடுத்தால் முற்றிலும் புதியதொரு கதை சாத்தியம் ஆகும்.

எனவே தொடர்ந்து சிந்திப்பதும் எழுதுவதுமே திரைக்கதையாசிரியனின் வேலையாகிறது என்பேன். ஒரு பிலிம்மேக்கரிடம் இருக்கவேண்டிய மூன்று விஷயங்கள், *Passion, Patience* மற்றும் *Perseverance* என்கிறார் அமெரிக்க இயக்குனர் ராபர்ட் வைஸ். திரைக்கதையாசிரியர்களுக்கும் இந்த *3P* முக்கியமாகிறது.

இப்போது வழக்கமான சினிமா கதைச்சொல்லல் என்பது மாறி வருகிறது. வெப்சீரிஸ் ஆதிக்கம் செலுத்த தொடங்கிவிட்டது. வருங்காலத்தில் வெறும் ஒருமணி நேரம் ஓடக்கூடிய படங்கள் வரலாம். இதெல்லாம் திரைக்கதையாசிரியர்களுக்கான வாய்ப்புகளை நிச்சயம் அதிகப்படுத்தும்.

தொடர்ந்து எழுதுங்கள். வாழ்த்துகள்.

Fade Out:

உதவிய திரைக்கதை நூல்கள்

The Secrets of Actions Screenwriting- William C Martel

The tools of Screenwriting- A Writer's Guide to crafts and elements of a Screenplay- David Howard and Edward Mobley

Making a Good Script Great-Linda Seger

The 21st century Screenplay- Linda Aronson

Creating Character arcs- K.M Weiland

How to write a movies in 21 days- Viki King

The Screenwriter's Bible- David Trottier

The Story- Robert Mckee

The Anatomy of Story- John Truby

The Writer's Journey- Christopher Vogler

உதவிய படங்கள்

தமிழ்:

கேப்டன் பிரபாகரன், பாட்ஷா, தூள், ரன், முதல்வன், இரும்புத்திரை, தனி ஒருவன், தசாவதராம், கடுகு, அடங்கமறு, சத்ரியன், ஆண்டவன் கட்டளை (2016), அன்பே சிவம், பிதாமகன், உதிரிப்பூக்கள், கோ, சர்க்கார், சூர்யவம்சம், வெயில், வானம்,

விஸ்வாசம், விவேகம், *NGK*, இந்தியன், நண்பன், அஞ்சாதே, ஓநாயும் ஆட்டுக்குட்டியும், பாகுபலி, புதுப்பேட்டை, குரோதம், நான் சிகப்பு மனிதன் *(1985)*, பாண்டியநாடு, யுத்தம் செய், ராட்சசன், கோமாளி, வேதாளம், நம்ம வீட்டு பிள்ளை.

மலையாளம்:

கும்பாலாங்கி நைட்ஸ், மெமரிஸ்

ஆங்கிலம்:

The Equalizer, John Wick, Taken, Die Hard, Unforgiven, Lost in Translation, James Bond, Mission Impossible, Kill Bill, Avengers

கொரியன்:

Old boy

உதவிய நாடகங்கள்

Breaking Bad, Game of Thrones, Sacred Games

உதவிய புனைவுகள்

ஓர் இரவில் ஓர் ரயிலில், நான் இருக்கிறேன், *Sherlock Homes, Jack Reacher Series*, தட்டம் தவிர், ஏப்ரல் இரவில் ராக் ம்யூசிக் இசையில் அநிருத்தன் செய்த மூன்று கொலைகள்.

★★★

அரவிந்த் சச்சிதானந்தம்

எழுத்தாளர், திரைக்கதையாசிரியர் மற்றும் மொழிபெயர்ப்பாளர். சுஜாதா விருது பெற்றவர். *மணிரத்னம் படைப்புகள் ஓர் உரையாடல், சகலகலாவல்லவன் கமல் ஓர் உரையாடல்* ஆகிய ஆங்கில நூல்களைத் தமிழில் மொழியாக்கம் செய்துள்ளார். வல்லான் (2025) திரைப்படத்தில் வசனகர்த்தாவாகவும், 3BHK (2025) திரைப்படத்தின் மூலக்கதாசிரியராகவும் பணியாற்றியுள்ளார்.

www.ingramcontent.com/pod-product-compliance
Lightning Source LLC
LaVergne TN
LVHW102040051026
849518LV00014B/2639